കാറ്റുപോലെ

kaattupole
novel

•

e v sreedharan

•

first chintha edition
september 2013

•

typesetting & published
chintha publishers, thiruvananthapuram

•

•

cover
bloofish

•

വിതരണം

ദേശാഭിമാനി ബുക്ക് ഹൗസ്

H O തിരുവനന്തപുരം–695 035
phone: 0471-2303026, 6063026
www.chinthapublishers.com
chinthapublishers@gmail.com

ബ്രാഞ്ചുകൾ

ഹെഡ്ഡാഫീസ് ബ്രാഞ്ച് കുന്നുകുഴി • ഓവർബ്രിഡ്ജ് തിരുവനന്തപുരം • സ്റ്റാച്യു തിരുവനന്തപുരം • കെ എസ് ആർ ടി സി ബസ് സ്റ്റേഷൻ ആലപ്പുഴ • കെ എസ് ആർ ടി സി ബസ് സ്റ്റേഷൻ എറണാകുളം • മച്ചിങ്ങൽ ലെയ്ൻ തൃശൂർ • ഐ ജി റോഡ് കോഴിക്കോട് • മാവൂർ റോഡ് കോഴിക്കോട് • എൻ ജി ഒ യൂണിയൻ ബിൽഡിങ്ങ് കണ്ണൂർ • സെൻട്രൽ ബസ് ടെർമിനൽ കോംപ്ലക്സ് താവക്കര കണ്ണൂർ

CO - 1953 / 3311

കാറ്റുപോലെ

(നോവൽ)

ഇ വി ശ്രീധരൻ

ചിന്ത പബ്ലിഷേഴ്സ്
തിരുവനന്തപുരം-695 035

ഇ വി ശ്രീധരൻ

കോഴിക്കോട് ജില്ലയുടെ വടക്കേ അറ്റത്തുള്ള ചോമ്പാൽ ആണ് സ്വദേശം. തൊഴിൽ പത്രപ്രവർത്തനം; അത് തുടങ്ങിയത് മദ്രാസിൽ. തിരുവനന്തപുരത്ത് *കലാകൗമുദിയിൽ* മുപ്പതുകൊല്ലത്തോളം ജോലി ചെയ്തു. പിന്നീട് എം ഗോവിന്ദന്റെ പത്രാധിപത്യത്തിൽ മദ്രാസിൽനിന്ന് പ്രസിദ്ധീകരിച്ചിരുന്ന *സമീക്ഷ* രണ്ടുകൊല്ലത്തോളം തിരുവനന്തപുരത്തു നിന്നു നടത്തി. *വീക്ഷണത്തിന്റെ* തിരുവനന്തപുരം എഡിഷനിൽ ന്യൂസ് എഡിറ്ററാണ്.

കഥകളും നോവലുകളും ലേഖനസമാഹാരങ്ങളുമൊക്കെയായി മുപ്പത്തഞ്ചോളം പുസ്തകങ്ങൾ എഴുതിയിട്ടുണ്ട്.

ഒന്ന്

വളരെ ദുർലഭമായി മാത്രമേ ഞാൻ ഉറക്കത്തിൽ സ്വപ്നം കാണാ
റുള്ളൂ. കാണുന്ന സ്വപ്നങ്ങളാവട്ടെ, ദു:സ്വപ്നങ്ങളൊന്നുമായിരിക്കില്ല.
കിടന്നപാടെ ഉറങ്ങിപ്പോകുന്ന എന്നെ ദേവദാസ് പണ്ട് കളിയാക്കാറുണ്ട്.
ഞാനൊരു കൂർക്കംവലിക്കാരനാണ്. ദേവദാസിനാണെങ്കിൽ കണ്ണിലു
റക്കം കയറുമ്പോഴേക്കും സ്വപ്നവും മറനീക്കിവരും. അവൻ ഉറക്കത്തി
ലെ സ്വപ്നത്തിന്റെ ഒരാരാധകനുമാണ്. രാത്രിയിൽക്കണ്ട സ്വപ്നങ്ങൾ
പൊടിപ്പും തൊങ്ങലുംവച്ച് പകൽസമയത്ത് വിവരിക്കും. അന്നേരം ഞാൻ
ചോദിക്കും, "എന്റെ ഉറക്കത്തിലെന്താ ഈ സ്വപ്നങ്ങളൊന്നും വരാ
ത്ത്?"

എന്നാൽ കഴിഞ്ഞ രണ്ടുമൂന്നുമാസമായി എനിക്ക് സ്വപ്നങ്ങൾ കൂടു
തലാണ്. ഈ സ്വപ്നങ്ങളെല്ലാം ദേവദാസിനെക്കുറിച്ചുമാണ്. പല രൂപ
ങ്ങളിൽ, പല ഭാവങ്ങളിൽ ദേവദാസ് എന്നെ കാണാൻ വരുന്നു. അവൻ
എന്നിൽനിന്ന് ദൂരെ മാറിനിന്ന് പുഞ്ചിരിക്കുന്നു. എന്നെ കെട്ടിപ്പിടിച്ച് പൊട്ടി
ച്ചിരിക്കുന്നു. എന്റെ ചുമലിൽ കയ്യും കെട്ടി നടക്കുന്നു. ഞങ്ങളുടെ പഴയ
ജീവിതത്തിന്റെ ഭാണ്ഡമഴിച്ച് എന്റെ മുമ്പിലിടുന്നു.

ദേവദാസ് എന്നെ കാണാൻ വരുന്നത് എനിക്ക് വളരെ സന്തോഷ
മുള്ള കാര്യമാണ്. എന്റെ ജീവിതത്തിൽ നല്ല എന്തോ കാര്യം സംഭവി
ക്കുന്നതുപോലെ തോന്നുന്നു. ഈയിടെ നിത്യവും ഉറങ്ങാൻ കിടക്കു
മ്പോൾ ഞാൻ പ്രാർഥിക്കുന്നു, ദേവദാസ് ഇന്നും എന്റെ സ്വപ്നത്തിൽ
വരേണമേ.

പക്ഷേ, എല്ലാ ദിവസവും അവൻ വരാറില്ല. ചില ദിവസങ്ങളിൽ
വന്ന ഉടനെ ഒന്നു ചിരിച്ച് അപ്രത്യക്ഷനാകും. ദേവദാസ് പോയിക്കഴി
ഞ്ഞാൽപ്പിന്നെ എനിക്കുറക്കമില്ല. തിരിഞ്ഞും മറിഞ്ഞും ചൊറിഞ്ഞും
കിടന്ന് നേരം വെളുപ്പിക്കും.

ദേവദാസിന് ഒരു മാറ്റവുമില്ല. അവന്റെ മുടിയോ മീശയോ ഒന്നും നരച്ചിട്ടില്ല. മുണ്ടും മടക്കിക്കെട്ടി, കൈകൾ ആഞ്ഞുവീശി, തലയൊന്നിട ത്തോട്ട് ചെരിച്ചു പിടിച്ച്, മുഖത്തെ പഞ്ചാരച്ചിരിയുമായി അവൻ നടന്നു വരുന്നു. പണ്ട് കണ്ണൻമാസ്റ്റർ പറയാറുണ്ടായിരുന്നു, "ഈ ദേവദാസ് ദൈവത്തിന്റെ ഒരു മനോഹര സൃഷ്ടിയാണ്." ഇടപെടുന്ന എല്ലാവരേയും തന്നിലേക്കടുപ്പിക്കുന്ന ഒരു മുഖമാണ് ദേവദാസിന്റെത്. അവന്റെ കണ്ണു കൾക്ക് മറ്റുള്ളവരുടെ ഹൃദയം കാണാൻ കഴിയും. സഹജീവികളുടെ എല്ലാ പ്രശ്നങ്ങൾക്കും അവന്റെ മനസിൽ പരിഹാരങ്ങളുണ്ട്. അവന്റെ മുഖംപോലും മനുഷ്യന് ആശ്വാസം പകർന്നുകൊടുക്കുന്നു.

ആ മുഖമാണ് കഴിഞ്ഞ പല രാത്രികളിലും ഞാൻ കാണുന്നത്. പക്ഷേ, എന്നോട് അവൻ ഒന്നും ചോദിക്കുന്നില്ല. എന്റെ മുടി പാതിമു ക്കാലും നരച്ചു. കവിളൊട്ടി മെലിഞ്ഞു മധ്യവയസ്കനായി. മുഖം ജീവി തംകൊണ്ടു പരുപരുത്തു. എല്ലാം അവൻ കാണുന്നു. എന്നിട്ടും എന്നെ ക്കുറിച്ചൊന്നും അന്വേഷിക്കുന്നില്ല. അല്ലെങ്കിൽ എന്തിനന്വേഷിക്കണം. എല്ലാം അവനറിയുന്നതല്ലേ.

ഞങ്ങളുടെ സൗഹൃദത്തിന്റെയും സ്നേഹബന്ധത്തിന്റെയുമൊക്കെ ആദ്യനാളുകളിൽ ഞാൻ ഇങ്ങനെ ആലോചിക്കാറുണ്ടായിരുന്നു, എന്തുകൊണ്ടാണ് ഈ ദേവദാസിന് എന്നോടിത്രയേറെ സ്നേഹവും അടു പ്പവുമൊക്കെ തോന്നിയത്. വർഷങ്ങൾ കഴിയുന്തോറും എനിക്കതിന് ഉത്ത രംകിട്ടി. ഞങ്ങളുടെ സൗഹൃദത്തിന്റെ സുഖം തന്നെയായിരുന്നു ആ ഉത്തരം. ഒരിക്കൽ ദേവദാസ് പറഞ്ഞു: "ജീവിത ദുഃഖങ്ങളെയും മരണ ത്തെയും ജയിക്കാൻ സ്നേഹത്തിനു മാത്രമേ സാധിക്കുകയുള്ളൂ."

കുട്ടിയായിരുന്നപ്പോഴേ മറ്റുള്ളവരെ തന്നിലേക്കാവാഹിച്ചെടുക്കുന്ന പല ഗുണങ്ങളും അവനുണ്ടായിരുന്നു. അവൻ കവിത എഴുതുമായിരു ന്നു. പാട്ടുപാടും ചിത്രംവരയ്ക്കും. കാറ്റും പൂക്കളും മേഘങ്ങളുമൊക്കെ അവന്റെ കൂട്ടുകാരായിരുന്നു. പുസ്തകങ്ങൾ വായിച്ചു വായിച്ചു തള്ളും. വായിച്ച പുസ്തകങ്ങളിലെ കാര്യങ്ങൾ അവൻ സ്നേഹിതന്മാർക്കെല്ലാം പറഞ്ഞുകൊടുക്കും. പക്ഷേ, തന്റെ ഇത്തരം കഴിവുകൾക്കൊന്നും ദേവ ദാസ് ഒരു പ്രാധാന്യവും കൽപ്പിച്ചിരുന്നില്ല.

കോളേജ് ജീവിതത്തിന്റെ തുടക്കത്തിൽ ദേവദാസ് രാഷ്ട്രീയത്തിൽ താൽപ്പര്യമെടുക്കുന്നത് കണ്ടപ്പോൾ കണ്ണൻമാസ്റ്റർ ദുഃഖത്തോടെ ആലോ ചിച്ചു, നിന്നിലെ കവിയും ചിത്രകാരനുമൊക്കെ മരിക്കാനുള്ളതല്ല. രാഷ്ട്രീയത്തിലുള്ള നിന്റെ ഈ താൽപ്പര്യം നിന്നെ എവിടേക്കാണ് കൊണ്ടുപോകുന്നതെന്ന് നീയറിയുന്നില്ല.

അന്നേരം ദേവദാസ് ചിരിച്ചു. എപ്പോഴോ ദേവദാസ് എന്നോട് പറ ഞ്ഞിട്ടുണ്ട്: ആരുമായിത്തീരാനല്ല മനുഷ്യൻ ജനിക്കുന്നതെന്ന്. സ്നേഹി ക്കുക, സ്നേഹത്തെ ആരാധിക്കുക, സ്നേഹത്തിനുമുമ്പിൽ ചിരിക്കുക, ആ ചിരിയോടുകൂടി ഒരുനാൾ മാഞ്ഞുപോവുക. ജീവിതത്തിന്റെ അർഥംതേടൽ ഒരു ക്രൂരതയാണ്.

ജീവിതവും അവനും തമ്മിലുള്ള ബന്ധത്തെ ഞാൻ ആരാധിച്ചിരു
ന്നു. പക്ഷെ, അതെന്താണെന്ന് മറ്റൊരാളോട് പറയാൻ എനിക്കറിഞ്ഞുകൂ
ടാ. ഒരു സ്വപ്നത്തെ സുന്ദരമാക്കിയ സ്വർണനൂരപോലെയാണ് അതി
പ്പോഴും എന്റെ മനസിൽ. ഞങ്ങളുടേത് പുരാതന സൗന്ദര്യംകൊണ്ടുള്ള
ഒരു ബന്ധമാണെന്ന് എനിക്ക് ചിലപ്പോൾ തോന്നാറുണ്ട്.

ഒരു ഓണക്കാലത്താണ് ഞങ്ങൾ അടുക്കുന്നതും ചിരിക്കുന്നതും,
ഞാൻ മോഹനനാണെന്നവൻ അറിയുന്നതും അവൻ ദേവദാസാണെന്ന്
ഞാനറിയുന്നതും, ഞങ്ങൾ ആദ്യമായി കണ്ടുമുട്ടിയ സന്ദർഭം എന്തിനി
ങ്ങനെ ഓർത്തുവച്ചുവെന്നതും ഒരത്ഭുതമാണ്. അത്ഭുതം ഞങ്ങൾക്കല്ല.
ഞങ്ങളെക്കുറിച്ചറിയുന്നവർക്കാണ്. ആ സന്ദർഭത്തെ ഞങ്ങൾ ഞങ്ങ
ളുടെ ജീവിതത്തിന്റെ വഴിയിൽ സ്ഥാപിച്ചുവച്ച ഒരു സ്മാരകമാണ്.

വൈകുന്നേരം സ്കൂളിൽനിന്നും വന്ന ഉടനെ ഞാൻ പൂ പറിക്കാൻ
പാടത്തിറങ്ങുന്നു. അത്തം കഴിഞ്ഞ് നാലാം ദിവസമായിരുന്നു. എനിക്കന്ന്
കാക്കപ്പൂവും തുമ്പപ്പൂവും വേണമായിരുന്നു. ഞാൻ ആ പൂക്കളെ
തിരഞ്ഞു നടന്നു. അന്നത്തെ ദിവസം ഞങ്ങളുടെ പാടവരമ്പിൽ തുമ്പപ്പൂ
അധികമൊന്നുമുണ്ടായിരുന്നില്ല.

ക്ലാസിലെ എന്റെ പല കൂട്ടുകാരുമുണ്ടായിരുന്നു പാടവരമ്പിൽ. അവ
രെല്ലാം കിട്ടിയ പൂക്കളുമായി ഓരോരുത്തരായി ഓടിപ്പോയപ്പോഴും
ഞങ്ങൾ രണ്ടു കുട്ടികൾ പാടവരമ്പിലൂടെ തുമ്പപ്പൂ തേടി നടന്നു. നടന്നു
നടന്ന് കാൽ തളരവേ അവൻ എന്നെ നോക്കി ചിരിച്ചു. എന്നിട്ട് അവൻ
എന്നോട് ചോദിച്ചു: "നീ ഏത് ക്ലാസിലാ?" നാലിലെന്നു ഞാൻ പറഞ്ഞ
പ്പോൾ അവൻ പറഞ്ഞു: "ഞാനും നാലിലാ."

തുമ്പപ്പൂതേടി നടക്കുന്നതിനിടയിൽ ഞങ്ങളോരോരോ ലോഹ്യം പറ
ഞ്ഞു. ബി ഇ എം എൽ പി സ്കൂളിലെ ദേവദാസും മാപ്പിള എൽ പി
സ്കൂളിലെ മോഹനനും അന്ന് ലോഹ്യത്തിലായി. പിന്നെ ഉത്രാടത്തിന്നു
വൈകുന്നേരംവരെ ഞങ്ങൾ ആ പാടവരമ്പത്തു വച്ചു കാണും. ഇന്ന്
ആ പാടങ്ങളൊന്നുമില്ല. ഓണപ്പൂക്കളുമില്ല, ഓണപ്പൊട്ടനുമില്ല, പൂ പറി
ക്കാൻ പോകുന്ന കുട്ടികളുമില്ല.

ആ ഓണക്കാലത്ത് പൂവിട്ട സൗഹൃദം ഒരു ദൈവഹിതമായി നില
നിന്നു. ഞാനും ദേവദാസും ഹൈസ്കൂളിലെത്തി– ഒരു ക്ലാസിൽ ഒരു
ബെഞ്ചിൽ. ഞങ്ങൾക്ക് സ്വർഗം കിട്ടിയതുപോലെയുണ്ടായിരുന്നു. എല്ലാം
ഒരു ദൈവഹിതംപോലെ. അല്ലെങ്കിലും ദൈവത്തിന്റെ കളിയാണ് ഞങ്ങ
ളുടെ ജീവിതത്തിലേറ്റവും കൂടുതലുണ്ടായത്. ദേവദാസും ഞാനും തമ്മി
ലുള്ള സൗഹൃദം ഞങ്ങളുടെ വീട്ടുകാർക്കൊരു കൗതുകമായിരുന്നു.
ഞങ്ങൾ എപ്പോഴും ചുമലിൽ കയ്യുംകെട്ടിയാണ് നടക്കുക. ഒരമ്മയുടെ
ഇരട്ടപെറ്റ കുട്ടികളെപ്പോലെ ഞങ്ങൾ ജീവിച്ചു.

ഞങ്ങൾ ഒരുതരത്തിലും മറ്റുള്ളവരെപ്പോലെയായിരുന്നില്ല.
എപ്പോഴും വലിയവലിയ കാര്യങ്ങളെക്കുറിച്ചാണ് സംസാരിച്ചുകൊണ്ടി
രിക്കുന്നത്. നല്ല പുസ്തകങ്ങൾ മാത്രം തേടിപ്പിടിച്ചു വായിച്ചു. മനു

ഷ്യനിലും അവന്റെ ഗുണത്തിലും വിശ്വസിച്ചു.

ദേവദാസ് കോൺഗ്രസും ഞാൻ കമ്യൂണിസ്റ്റുമായിപ്പോയതിൽ മാത്രമേ ഞങ്ങൾക്കൽപ്പം വിഷമമുണ്ടായിരുന്നുള്ളൂ. കോൺഗ്രസും കമ്യൂ ണിസ്റ്റും പറഞ്ഞ് ഞങ്ങൾ തർക്കിക്കും. തർക്കത്തിന്റെ അവസാനം നമ്മ ളിങ്ങനെ രണ്ടു പാർട്ടിയിലായിപ്പോയല്ലോ എന്നോർത്ത് ഞങ്ങൾ ദുഃഖിക്കും. അന്നേരം ദേവദാസ് എന്നെ കളിയാക്കിപ്പറയും, "നിന്റെ അച്ഛൻ കമ്യൂണിസ്റ്റായതുകൊണ്ടല്ലേ നീ കമ്യൂണിസ്റ്റായത്." ശരിയാണ്, മിക്കവരും കോൺഗ്രസും കമ്യൂണിസ്റ്റും സോഷ്യലിസ്റ്റുമൊക്കയാവുന്നത് അച്ഛന്മാരെ പിന്തുടരലാണെന്ന് പറഞ്ഞ് ഞങ്ങൾ പൊട്ടിച്ചിരിക്കും.

പത്താം ക്ലാസിലെ പരീക്ഷ അവസാനിച്ച ദിവസമാണ് ഞങ്ങൾ ആദ്യമായി സിഗരറ്റ് വലിച്ചത്. സിഗരറ്റ് വലിക്കുക എന്ന കുരുത്തക്കേടി നോട് ഞാൻ യോജിച്ചില്ല. അപ്പോൾ ദേവദാസ് എന്റെ മുഖത്തുനോക്കി ഒന്നു കണ്ണിറുക്കിച്ചിരിച്ചു. എന്നിട്ട് അവൻ ധൈര്യത്തിൽ ഒരു സിഗരറ്റ് വാങ്ങി കടലിലേക്ക് നോക്കിവലിച്ചു. പാസിങ്ഷോ എന്നായിരുന്നു ആ സിഗരറ്റിന്റെ പേര്. ഇന്ന് ആ സിഗരറ്റ് ഞാൻ കാണാറില്ല. സിഗരറ്റ് പാതി യായയപ്പോൾ എനിക്കുതന്നു. ദേവദാസിനെപ്പോലെതന്നെ ധീരമായി ഞാനും വലിച്ചു.

കോളേജിലെത്തി ഒരുകൊല്ലം തികയുന്നതിനുമുമ്പുതന്നെ ദേവദാസ് അറിയപ്പെടുന്ന ഒരു വിദ്യാർഥി നേതാവായി കഴിഞ്ഞു. എന്നെയും അവൻ നിർബന്ധിച്ചു വിദ്യാർഥി രാഷ്ട്രീയത്തിലിറക്കി. ഞങ്ങൾ വിരുദ്ധചേരി യിൽ നിന്നുകൊണ്ട് പൊരുതുകതന്നെയായിരുന്നു. വൈകുന്നേരമാകു മ്പോൾ ഞാനും അവനും, മോഹനനും ദേവദാസും തന്നെ. ഞങ്ങൾ തമ്മിലുള്ള വിട്ടുപിരിയാത്ത ഈ സ്നേഹബന്ധം രണ്ടുസംഘടനകളി ലെയും അനുയായികൾക്ക് ഇഷ്ടമായിരുന്നില്ല. തലമുതിർന്ന നേതാ ക്കന്മാരും ഞങ്ങളുടെ സൗഹൃദം ഇഷ്ടപ്പെട്ടിരുന്നില്ല. ദേവദാസിനെ അവന്റെ നേതാക്കന്മാരും എന്നെ എന്റെ നേതാക്കന്മാരും ഉപദേശിച്ചു. ഈ വല്ലാത്ത അടുപ്പവും സ്നേഹബന്ധവും സംഘടനയെ ബാധിക്കും. ഇവർ തമ്മിൽ എന്തിനാണിങ്ങനെയൊരു ബന്ധം എന്നൊക്കെ അവർ ആലോചിക്കുകയായിരുന്നു. അവരുടെ മനസിന്റെ ചെറുപ്പത്തെക്കുറി ച്ചോർത്ത് ഞങ്ങൾ ചിരിക്കും. എന്നിട്ട് ഞങ്ങൾ ഉറക്കെ പ്രഖ്യാപിക്കും. നമ്മുടെ സൗഹൃദത്തിനുമുമ്പിൽ നേതാക്കന്മാരില്ല, ആശയങ്ങളില്ല, അനു യായികളില്ല.

ഇന്നലെ എന്റെ സ്വപ്നത്തിലേക്ക് ദേവദാസ് നടന്നുവരുമ്പോൾ എവിടെനിന്നോ അമ്മിണിയും ഞങ്ങളുടെ മുമ്പിൽ ചാടിവീണു. അവളും ഞങ്ങളാടിയ ജീവിതനാടകത്തിലെ ഒരു കഥാപാത്രമാണ്. എത്ര വർഷ ങ്ങൾക്കു ശേഷമാണ് അമ്മിണിയെ കാണുന്നത്. ദേവദാസിനെപ്പോലെ അവൾക്കും ഒരു മാറ്റവുമില്ല. കണ്ടാലാരും മോഹിച്ചുപോകുന്ന നാല കത്തെ അമ്മിണിയാണ് ദേവദാസിന്റെയും എന്റെയും ആദ്യത്തെ പെണ്ണ്.

ചന്ദ്രനും നക്ഷത്രവുമൊന്നുമില്ലാത്ത ഒരു രാവ്. മാസങ്ങളോളമുള്ള

ശ്രമഫലമായിട്ടാണ് ആ രാവിൽ അമ്മിണി ഞങ്ങളെ വിളിച്ചത്. മുടിക്കെ
ട്ടിയ ആകാശത്തുനോക്കാതെ ആ കർക്കിടകരാവിലൂടെ എല്ലാവരും ഉറ
ങ്ങാൻകിടന്ന നേരത്ത് ശ്വാസമടക്കിപ്പിടിച്ച് നെഞ്ചിടിപ്പും താങ്ങി കള്ള
ന്മാരെപ്പോലെ ഞങ്ങൾ അമ്മിണിയുടെ അടുക്കളവാതിൽക്കലെത്തി.
ഞങ്ങളുടെ പേടിച്ചരണ്ട മുഖം ചിമ്മിനി വിളക്കിന്റെ വെട്ടത്തിൽക്കണ്ട
അമ്മിണി കരിമ്പ് ചവയ്ക്കുമ്പോലെ പൊട്ടിച്ചിരിച്ചു. വാത്സല്യത്തോടെ
അമ്മിണി ഇടതുമാറിലും വലതുമാറിലും ഞങ്ങളെ ചേർത്തു.

അവളന്ന് ഞങ്ങൾക്കുവേണ്ടി സുഗന്ധമുള്ള ഏതോ എണ്ണ തേച്ചി
രുന്നു, അവളന്ന് ഞങ്ങൾക്കുവേണ്ടി വാസനപ്പാക്കു ചവച്ചിരുന്നു. അവ
ളന്നു ഞങ്ങൾക്കുവേണ്ടി പൊന്നിന്റെ നിറമുള്ള കസവിന്റെ മുണ്ടും പച്ച
നിറമുള്ള ബ്ലൗസും ധരിച്ചിരുന്നു. അവൾ മനസിനകത്ത് ഞങ്ങൾക്കായി
കരുതിവച്ച രാവായിരുന്നു അത്.

കോഴി കൂവുന്നതിന് അൽപ്പം മുമ്പ് അമ്മിണി ഞങ്ങളോട് ചോ
ദിച്ചു, "ദേവദാസും മോഹനനും എന്നെ മറക്കുമോ. നിങ്ങൾക്ക്
രണ്ടാൾക്കും അമ്മിണിയേടത്തിയോട് സ്നേഹമുണ്ടോ." ഞാനും ദേവ
ദാസും അമ്മിണിയുടെ കാതിലും മുടിയിലും കണ്ണിലും പറഞ്ഞു.
"അമ്മിണിയേടത്തിയെ ഞങ്ങളൊരിക്കലും മറക്കുകയില്ല."

കണ്ണടച്ച് പരമനിർവൃതിയിൽ ലയിച്ച അമ്മിണി ഞങ്ങളെ വാരിപ്പു
ണരുകയും മാറിമാറി ഉമ്മ വയ്ക്കുകയുമായിരുന്നു. കോഴി കൂവിയിട്ട്
ഏറെനേരം കഴിഞ്ഞു. ഞങ്ങൾക്ക് അമ്മിണിയെയും അമ്മിണിക്ക് ഞങ്ങ
ളെയും വിട്ടുപിരിയാൻ കഴിയുന്നുണ്ടായിരുന്നില്ല. അവസാനം
ഞങ്ങൾക്കായി അടുക്കളവാതിൽ കരച്ചിലടക്കിപ്പിടിച്ച് ഗദ്ഗദത്തോടെ തു
ന്നുമാറുമ്പോൾ അമ്മിണി പറഞ്ഞു, "എന്നും ഞാൻ നിങ്ങളെയോർക്കും.
ചാവുന്നതുവരെ ദേവദാസും മോഹനനും എന്റെ മനസിലുണ്ടാവും."

ആ രാവ് നൽകിയ ഓർമകളെയും നാലകത്ത് അമ്മിണിയെയും
ഞങ്ങൾ മനസിൽ താലോലിച്ചു. മാസങ്ങൾക്കുശേഷം അങ്ങനെയുള്ള
മറ്റൊരു രാവിനുവേണ്ടി ഞങ്ങൾ മനസിൽ കൊതിച്ചുകൊണ്ടിരിക്കെ നാല
കത്ത് അമ്മണിക്ക് സംബന്ധമായി. കിണറ്റിൽ തുള്ളിമരിച്ച നാരാ
യണിയമ്മയുടെ ഭർത്താവ് കുമാരക്കുറുപ്പായിരുന്നു അമ്മണിയുടെ സംബ
ന്ധക്കാരൻ. അമ്മിണിയുടെ സംബന്ധം കഴിഞ്ഞ രാത്രിയിൽ ഉറക്കം
വരാഞ്ഞിട്ട് ദേവദാസ് അമ്മിണിയുടെ ചിത്രം വരച്ചു. ആ ചിത്രം അതിരാ
വിലെ തന്നെ രഹസ്യമായി എനിക്കു കൊണ്ടുതന്നു.

അമ്മിണിയെക്കുറിച്ചോർക്കുമ്പോൾ വല്ലാത്തൊരു നഷ്ടബോധത്തി
ലേക്ക് ഞങ്ങൾ വഴുതിവീഴും. അമ്മിണിയോട് ഞങ്ങൾക്കു തോന്നിയ
അടുപ്പം ഒരു രാത്രി ഞങ്ങളെ ആനന്ദിപ്പിച്ചതിലുള്ള ആവേശമൊന്നുമല്ല.
അങ്ങനെയൊരു സ്ത്രീയായി അമ്മണിയെ ഞങ്ങൾ കരുതിയിട്ടില്ല.

നാലകത്ത് അമ്മിണി ഞങ്ങളുടെ മനസിൽനിന്നു മാഞ്ഞുപോയില്ല.
അവളൊരു പൂവായും, പൂവിനകത്തെ സുഗന്ധമായും തേനായും ഞങ്ങ
ളുടെ മനസിൽ ജീവിച്ചു. അമ്മയായും ജീവിതനാടകത്തിൽ ചിരിച്ചും കര

ഞ്ഞും സഹിച്ചും വർഷങ്ങൾ കടന്നുപോകവേ അമ്മിണി ഞങ്ങളെ മറ
ന്നുപോയിട്ടുണ്ടാവാം. പക്ഷേ, ഞങ്ങളൊരിക്കലും അവളെ മറന്നില്ല.

എന്തിനാവാം ഇന്നലെ അമ്മിണി എനിക്കും ദേവദാസിനുമിടയിൽ
കടന്നുവന്നത്? അവളെ എന്റെ സ്വപ്നത്തിലേക്ക് കൂട്ടിക്കൊണ്ടുവന്നത്
ദേവദാസ് തന്നെയായിരിക്കും. അവൻ ഒരു തമാശ കാണിച്ചതായിരിക്ക
ണം. ഇനി ഒരുപക്ഷേ, വിമലയും എന്റെ സ്വപ്നത്തിലേക്ക് കടന്നുവരു
മായിരിക്കും. ദേവദാസ് അവളേയും കൂട്ടിക്കൊണ്ടുവരാതിരിക്കില്ല. അവ
രുടെ പ്രണയത്തിന്റെ ഏക സാക്ഷിയാണല്ലോ ഈ ഞാൻ.

ആ പ്രണയം ദിവ്യമായ എന്തോ ഒന്നായിരുന്നു. അവരുടെ പ്രണയ
ത്തിന്റെ സ്മരണകളിൽനിന്ന് എനിക്ക് ഒരിക്കലും മുക്തിയില്ല. എന്റെ
മനസിൽനിന്ന് അതു മാഞ്ഞുപോകുവാൻ ഞാനാഗ്രഹിക്കുന്നുമില്ല,
വിമലയും അവനും ആലിംഗനബദ്ധരായി എന്റെ സ്വപ്നത്തിലേക്ക് നട
ന്നുവരുന്നതു കാണാൻ ഞാൻ കാത്തിരിക്കുന്നു.

ആദ്യമൊന്നും ദേവദാസ് വിമല അവന്റേതായിക്കഴിഞ്ഞ കഥ
എന്നോടു പറഞ്ഞിരുന്നില്ല. കോളേജിലെ മൂന്നാം വർഷം അവസാനി
ക്കാറായപ്പോൾ ഒരു വൈകുന്നേരം അവൻ എന്നെ എന്തോ സ്വകാര്യം
പറയാനുണ്ടെന്ന ഭാവത്തിൽ കടൽത്തീരത്തു കൂട്ടിക്കൊണ്ടു പോയി.
കുഞ്ഞുന്നാളിലേ അവൻ കടലിനെ സ്നേഹിച്ചു. മണിക്കൂറുകളോളം മൂക
മായി തിരമാലകളെ നോക്കി ഇരിക്കുക അവന്റെ ചെറുപ്പത്തിലേയുള്ള
ഒരു സ്വഭാവമാണ്. അന്നും മനസ്സ് പൂർണമായും കടൽത്തിരകളിൽ വാരി
യെറിഞ്ഞ് ഏറേ നേരം ഇരുന്നു. എന്റെ സാന്നിധ്യം വിസ്മരിച്ചുകൊണ്ട്
അവൻ തിരകളോട് എന്തൊക്കെയോ സംസാരിക്കുന്നുണ്ടായിരുന്നു.
അവന്റെ മനസിൽ എന്തോ സംഘർഷം നടക്കുന്നതുപോലെ എനിക്കു
തോന്നി. സന്ധ്യ കഴിഞ്ഞപ്പോൾ കടൽത്തിരകളോടും എന്നോടുമായി
ദേവദാസ് പറഞ്ഞു; "മോഹനാ ഞാനും വിമലയുമായുള്ള ബന്ധം നീ
ഇഷ്ടപ്പെടണം. ഞങ്ങളുടേത് ഒരു സാധാരണ പ്രേമമൊന്നുമല്ല. അവൾ
എനിക്കു സ്നേഹിക്കുവാൻ വേണ്ടി ജനിച്ചതാണെന്ന് ഞാൻ വിശ്വസി
ക്കുന്നു. ദൈവത്തിന്റെ പുസ്തകത്തിൽ അങ്ങനെ രേഖപ്പെടുത്തിയിട്ടുമു
ണ്ട്."

രാവായിക്കഴിഞ്ഞ കടൽത്തീരത്തുനിന്നു തിരിച്ചുപോരുമ്പോൾ
അവൻ വിമലയെക്കുറിച്ചു മാത്രമാണ് സംസാരിച്ചത്. തികച്ചും അപരി
ചിതനായ ഒരു ദേവദാസ്. എനിക്ക് ചിരിയും ഒപ്പം അവനോട് ഒരുതരം
വെറുപ്പും. ഇലക്ട്രിക് പോസ്റ്റിന്റെ പ്രകാശവട്ടത്തിൽ നിന്നുകൊണ്ട്
അവൻ എന്റെ കണ്ണുകളിലേക്ക് നോക്കിപ്പറഞ്ഞു, "ഞാൻ എത്രയേറെ
അഗാധമായി വിമലയെ സ്നേഹിക്കുന്നുണ്ടെന്ന് നിനക്കറിയാമോ. എനിക്ക്
ഈ ജീവിതം മറ്റൊന്നും തരണ്ട. വിമലയെ മാത്രം തന്നാൽ മതി." എന്നിട്ട്
അന്നേരം മാത്രം ആകാശത്തിൽ പ്രത്യക്ഷപ്പെട്ടു തുടങ്ങിയ നക്ഷത്രങ്ങ
ളോട് ഞാൻ കേൾക്കാതെ അവൻ എന്തോ പറഞ്ഞു. എന്നിട്ട് അവൻ
ഒരിടത്ത് തനിച്ചുനിന്ന് ആകാശത്തു നോക്കി സ്വപ്നം കാണുന്നു. ഒരു

ഭ്രാന്തനെപ്പോലെ സംസാരിക്കുന്നു. ഞാൻ എന്ന ഒരുത്തൻ കൂടെ നട ക്കുന്നുണ്ടെന്നതുവരെയങ്ങ് മറന്നുപോയി. ഒരു പ്രണയത്തിന് ഇത്രയേറെ വിലകൊടുക്കേണ്ടവനാണോ ദേവദാസ് എന്ന് അന്ന് ഞാൻ ആലോചി ച്ചു പോയി.

എങ്ങനെയോ ദേവദാസിന്റെയും വിമലയുടെയും പ്രണയത്തിന്റെ ആത്മാർഥ സ്നേഹിതനായിത്തീർന്നു ഞാൻ. അങ്ങനെയങ്ങനെ അവ രുടെ പ്രണയം എന്റെ മനസിന്റെയും സുഖമായിത്തീർന്നു. വിമലയു ടെയും ദേവദാസിന്റെയും പ്രണയം കൈമാറുന്ന കത്തുകൾ അവരുടെ പ്രണയത്തിന്റെ നല്ലവനായ അയൽക്കാരനും സ്നേഹിതനുമെന്ന നില യിൽ ഞാനും വായിക്കുമായിരുന്നു.

അനുരാഗത്തിന്റെ ആ ദിനങ്ങളിൽ ഒരുദിവസം പോലും കാണാതി രിക്കാൻ അവർക്കു കഴിയുമായിരുന്നില്ല. ചില ഞായറാഴ്ച വൈകുന്നേ രങ്ങളിൽ വിമലയും ദേവദാസും കടൽത്തീരത്ത് ചെന്നിരുന്നു സംസാ രിക്കും. ദൂരെ ഞാനവർക്ക് കാവലിരിക്കും. ഞാനവരുടെ പ്രണയത്തിന്റെ യഥാർഥ കാവൽക്കാരനായി മാറി. ഒരുനാൾ സന്ധ്യ വരുമ്മുമ്പേ തോണി യുടെ മറപറ്റി അവൾ അവനൊരു ഉമ്മ കൊടുത്തു. മറ്റൊരു ഞായറാഴ്ച അവളവന്റെ മടിയിൽക്കിടന്ന് പാട്ടുപാടി. എല്ലാം എന്റെ കൺവെ ട്ടത്തുവച്ചായിരുന്നു.

ഒരുദിവസം ദേവദാസ് എന്നോട് പറഞ്ഞു, "എനിക്ക് മറ്റൊന്നും വയ്യ. പഠിപ്പും സംഘടനാപ്രവർത്തനങ്ങളുമൊന്നും വേണ്ട. എനിക്ക് വിമല മാത്രം മതി. വിമലയുമായി എങ്ങോട്ടെങ്കിലും ഓടിപ്പോകണം. ഒരുപക്ഷേ ഉറൂബിന്റെ പഴയ ആ കഥാപാത്രത്തെപ്പോലെ ഈ ഭൂമിയുടെ അറ്റത്തേക്ക്.   ഞാനെന്തോ ആയിപ്പോയെന്ന് നീ വിചാരിക്കുന്നുണ്ടാവാം. എന്തായാലും വിമല എന്ന ലക്ഷ്യം മാത്രമേ എനിക്കിപ്പോഴുള്ളൂ."

രണ്ട്

ദേവദാസിന്റെയും വിമലയുടെയും മനസിൽ പ്രണയം എന്ന വികാ രത്തിന് കൈവന്ന തീവ്രത എന്നെ വിസ്മയിപ്പിക്കുകയായിരുന്നു. പ്രണ യത്തിന് ഇങ്ങനെയും ഭ്രാന്തെടുക്കുമോയെന്നു ഞാൻ ആലോചിച്ചു പോയിട്ടുണ്ട്. കവിയും കാമുകനും ഭ്രാന്തനും ഒരുപോലെയാണെന്ന ചൊല്ല് എനിക്ക് ബോധ്യപ്പെടുകയായിരുന്നു. അവന്റെ അക്കാലത്തെ എല്ലാ ദിനങ്ങളും അനുരാഗത്തിന്റെ ലഹരിയിൽ മുങ്ങിപ്പോയി. ഞാൻ ആ ലഹരിയുടെ കാവൽക്കാരനും. കാവൽക്കാരൻ മാത്രമല്ല, സ്നേഹ പൂർവം ഒരു മൂക്കുകയറിട്ട് ഞാനവനെ നിയന്ത്രിക്കുന്നുമുണ്ടായിരുന്നു. അക്കാലത്ത് പല സന്ദർഭങ്ങളിലും എനിക്ക് വിമലയോട് വെറുപ്പും മടുപ്പും തോന്നി. എന്തോ എനിക്കൊരു വിശ്വാസമുണ്ട്, ഈ ദേവദാസ് നാളെത്തെ ഒരു വലിയ ആളാണെന്ന്. അവന്റെ മറ്റൊരു ജീവിതം ഞാനെന്നും സ്വപ്നം കണ്ടിട്ടുള്ളതാണ്. അവൻ ഹൃദയം കൊണ്ടും ബുദ്ധി കൊണ്ടും ജനങ്ങളെ നയിക്കുന്ന നേതാവായിത്തീരണം. അത് ഞാന വനെ എന്നും ഓർമിപ്പിക്കുന്നുണ്ടായിരുന്നു. അവന്റെ വിശുദ്ധവും മോഹ നവുമായ ജീവിതംകൊണ്ട് സാധിക്കാത്തതൊന്നുമില്ല. തൊട്ടതെല്ലാം പൊന്നാക്കുന്ന ഒരു വിശേഷാൽശക്തി അവനിൽ ഒളിഞ്ഞുകിടക്കുന്നുണ്ട്. എന്നിട്ട് ഈ വിമല അവനെ പമ്പരംപോലെ കറക്കിക്കളഞ്ഞു. ഒരു പ്രണ യത്തിനുവേണ്ടി സമർപ്പിക്കേണ്ടതു മാത്രമല്ല ദേവദാസിന്റെ ജീവിതമെ ന്ന് ഞാൻ ആവർത്തിച്ചാവർത്തിച്ചു പറയുമായിരുന്നു. അവൻ എങ്ങ നെയോ അവനു തന്നെ നഷ്ടപ്പെട്ടുകൊണ്ടിരിക്കുകയാണ്. പിന്നെ ഞാൻ മാറി ചിന്തിക്കും. അവന്റെ മനസിന്റെ സുഖമല്ലേ, അവന്റെ ഹൃദയം ആത്മാർഥമായി കൊതിക്കുന്നതുകൊണ്ടല്ലേ. പൂർണമായും ഇഷ്ടപ്പെട്ട ഒരു പെണ്ണിനുവേണ്ടി ഹൃദയം സമർപ്പിച്ചുകൊണ്ടുള്ള ജീവിതം ഈ ഭൂമി

ആണിനു നൽകുന്ന അനുഗ്രഹങ്ങളിൽ ഒന്നല്ലേ.

ഞാനും ദേവദാസും വിമലയും കോളേജിൽ അറിയപ്പെടുന്ന കൂട്ടു കാരായിരുന്നു. എല്ലാവരിലും അസൂയ ജനിപ്പിക്കുന്ന ഒരു ജീവിതബന്ധം. ഈ ബന്ധത്തിൽ ഏതോ ഒരു മായ ഒളിഞ്ഞിരിക്കുന്നതുപോലെ എനിക്ക് ചിലപ്പോൾ തോന്നും.

എം എ യ്ക്ക് ചേർന്നപ്പോൾ ഞങ്ങൾ മൂന്നുപേരും കോളേജിൽ ഒരു ശക്തിയായിത്തീർന്നു. ആ ശക്തിയുടെ നേതൃത്വം ദേവദാസിനു തന്നെയായിരുന്നു. ജീവിതത്തെക്കുറിച്ചും നാടിന്റെ ഭാവിയെക്കുറിച്ചു മൊക്കെ ഗൗരവമായി ചിന്തിക്കുന്നവരായിരുന്നു ഞങ്ങൾ. അക്കാലത്ത് ദേവദാസ് ഒരുപാടു പുസ്തകങ്ങൾ വായിച്ചുകൂട്ടി. വായിച്ച പുസ്തക ങ്ങളെക്കുറിച്ച് സമയം കിട്ടുമ്പോഴെല്ലാം അവൻ ഞങ്ങളോട് സംസാരി ക്കും. വിമല ചിലപ്പോൾ തമാശയായി പറയും, "ഞങ്ങൾക്കുവേണ്ടി കൂടി യാണ് ദേവദാസ് പുസ്തകങ്ങൾ വായിക്കുന്നതെന്ന് ഞങ്ങൾക്കറിയാം."

പുസ്തകങ്ങളെക്കുറിച്ച് സംസാരിക്കുമ്പോൾ അവൻ ആദ്യം അധ്യാ പകനെപ്പോലെയാണ് പെരുമാറുക. പിന്നെ ക്രമേണ മട്ടുംമാതിരിയു മൊക്കെ മാറ്റി ഒരു ദാർശനികനെപ്പോലെ ഞങ്ങളുടെ മുമ്പിൽ നിൽക്കും. അവന്റെ അവസാനത്തെ ഭാവം ജീവിതസാരമറിഞ്ഞ സ്നേഹസമ്പ ന്നനായ ഒരു ഗുരുവിന്റേതായിരിക്കും. അവനെ, ഈ ദേവദാസിനെ വാസ്തവത്തിൽ ഞങ്ങൾ ആരാധിക്കുന്നുണ്ടായിരുന്നു.

അക്കാലത്ത് ഒരു വെള്ളിയാഴ്ച ദേവദാസ് കോളേജിൽ വന്നില്ല. വിമല രാവിലെ മുതൽ ലൈബ്രറിയിൽ തന്നെയുണ്ടായിരുന്നു. ഉച്ച കഴി ഞ്ഞപ്പോൾ അവളെന്നോട് ദേവദാസിനെ തിരക്കി. ഞാൻ പറഞ്ഞു, "വല്ല പുതിയ പുസ്തകവും കിട്ടിക്കാണും." അപ്പോൾ വിമല ചിരിച്ചില്ല. അവൾക്കറിയാം ദേവദാസിനു നിത്യവും അവളെ കാണണമെന്ന്.

വൈകുന്നേരം ഞാൻ ദേവദാസിനെ അന്വേഷിച്ച് അവന്റെ വീട്ടിൽ ചെന്നു. ദേവദാസ് പനിച്ചുകിടക്കുകയായിരുന്നു. ഞാനവന്റെ നെറ്റിയിലും ശരീരത്തിലും തൊട്ടുനോക്കി. ശരീരത്തിൽ ഒരിളംചൂടല്ലാതെ മറ്റൊന്നു മുണ്ടായിരുന്നില്ല. പനിയൊന്നുമില്ല എന്നുപറഞ്ഞ് ഞാനവന്റെ കട്ടിലിൽ കയറി ഇരിപ്പുതുടങ്ങിയപ്പോൾ ദേവദാസ് പറഞ്ഞു, "പനി അകത്തുണ്ട്. ആറേഴുദിവസമായി എനിക്ക് പനി തുടങ്ങിയിട്ട്. വല്ലാത്തൊരു ക്ഷീണ വും."

രാത്രി ഒൻപതുമണിവരെ ഞാനവന്റെ അടുത്തുതന്നെ ഇരിക്കുക യായിരുന്നു. ഇറങ്ങാൻ നേരത്തു വിമല അവനെ അന്വേഷിച്ച കാര്യം പറഞ്ഞു. അപ്പോൾ അവൻ ചെറുതായൊന്നു ചിരിച്ചു. ഞാൻ അവന്റെ കാതിനടുത്ത് കുനിഞ്ഞു പറഞ്ഞു, "തിങ്കളാഴ്ചവരെ നിന്നെ കാണാതി രിക്കാൻ വിമലയ്ക്ക് കഴിയില്ല. നാളെത്തന്നെ അവൾ നിന്നെ അന്വേഷിച്ച് ഇവിടെ വന്നേയ്ക്കും. നിന്റെ ഈ കൊച്ചുപനി അന്വേഷിച്ചൊന്നുമല്ല. ഏതായാലും നാളെ നിന്റെ അമ്മ കാര്യങ്ങളൊക്കെ അറിയാൻ

പോവുകയാണ്."

അവൻ ആവേശത്തോടെ എഴുന്നേറ്റിരുന്നു. എന്നിട്ട് വലതുകൈ മൂക്കത്തുവച്ചു ചിരിച്ചുകൊണ്ടുപറഞ്ഞു, "എന്റെ അമ്മയ്ക്ക് ഇതൊന്നും മനസിലാവില്ല."

ശനിയാഴ്ചയും ഞായറാഴ്ചയും ഞാൻ ദേവദാസിനെ കാണാൻ ചെന്നു. അവന്റെ കിടപ്പിൽ വല്ലാത്തൊരവശത. രാവിലെയാകുമ്പോൾ പനിയൊന്നുമില്ല. സൂര്യനുദിക്കുമ്പോഴാണ് പനി വരുന്നത്. ചെറിയ പനി യാണെങ്കിലും നല്ല ക്ഷീണമുണ്ട്. ഡോക്ടർ ഈ പനിയെ തീരെ കാര്യ മാക്കിയിട്ടില്ല. പുകവലി പാടില്ലയെന്നു പറഞ്ഞിട്ടുണ്ട്. എന്തായാലും തിങ്ക ളാഴ്ച അവൻ കോളേജിൽ വരും. ഞായറാഴ്ച രാത്രി പത്തരമണി വരെ ഞാനവന്റെ അടുത്തുതന്നെയുണ്ടായിരുന്നു. അവനു നല്ല ക്ഷീണം. ഇട യ്ക്കിടെ ഞാനവന് ഓറഞ്ചു പിഴിഞ്ഞുകൊടുത്തു. ഞാൻ പോരുമ്പോൾ അവന്റെ മുഖത്ത് ഒരു ദയനീയഭാവം. രാത്രി ഏറെനേരം ഇങ്ങനെ ഉറ ക്കമില്ലാതെ തിരിഞ്ഞും മറിഞ്ഞും കിടക്കണമല്ലോ എന്നായിരിക്കും അവൻ ആലോചിക്കുന്നത്. വെറുതെ ഇരിക്കുകയോ കിടക്കുകയോ എന്നത് അവന്റെ ജീവിതത്തിൽ പറഞ്ഞിട്ടുള്ളതല്ല.

തിങ്കളാഴ്ചയും ദേവദാസ് കോളേജിൽ വന്നില്ല. പത്തരമണിക്കു തന്നെ വിമല എന്നെ കണ്ട് ദേവദാസിനെക്കുറിച്ചന്വേഷിച്ചു. അവൾ വല്ലാതെ വിഷമിക്കുന്നുണ്ടായിരുന്നു. വീണ്ടും ഉച്ചയ്ക്ക് വിമല ബദ്ധപ്പെ ട്ടുകൊണ്ട് എന്നെ കാണാൻ വന്നു. അവൾ തികച്ചും അസ്വസ്ഥ യായിരുന്നുവെന്നു മുഖം വിളിച്ചറിയിക്കുന്നുണ്ടായിരുന്നു. വിമല ചോദിച്ചു, "മോഹനാ എനിക്ക് ദേവദാസിനെ കാണണം. എന്റെ കൂടെ ദേവദാസിന്റെ വീടുവരെ ഒന്നു വരാമോ. മോഹനൻ വരില്ലെങ്കിൽ ഞാൻ തനിയെ പോകും."

ഞാനൊരു നിമിഷം ആലോചിച്ചു. ഇവളവിടെ ചെല്ലുമ്പോൾ ദേവ ദാസിന്റെ അമ്മയുടെ പെരുമാറ്റം എങ്ങനെയായിരിക്കും. വിമലയും ദേവ ദാസും തമ്മിലുള്ള അടുപ്പത്തെക്കുറിച്ച് അവന്റെ അമ്മയ്ക്ക് ചെറിയതായി എന്തൊക്കെയോ അറിയാം. ദേവദാസിനെ കാണുമ്പോൾ വിമലയുടെ മുഖമങ്ങുമാറും. അമ്മ എന്തെങ്കിലുമൊക്കെ ധരിച്ചുവയ്ക്കുകയും ചെയ്യും. പിന്നെ എനിക്കുതോന്നി, ഓ അതൊന്നും കാര്യമല്ല. പോകാമെന്നായി എന്റെ മനസ്സ്. ദേവദാസിനും അവളെ കാണാമല്ലോ. എനിക്കൊരു രസംതോന്നി. ഒരത്ഭുതം സംഭവിക്കുന്നതുപോലെയായിരിക്കണം വിമല അങ്ങോട്ടു കയറിച്ചെല്ലുന്നത്.

ഞങ്ങൾ ചെല്ലുമ്പോൾ ദേവദാസ് ഇടതുവശം ചെരിഞ്ഞുകിടന്നു മയ ങ്ങുകയായിരുന്നു. പുറത്തുനിന്നുതന്നെ ദേവദാസിന്റെ അമ്മയ്ക്ക് വിമ ലയെ പരിചയപ്പെടുത്തി. അമ്മ വളരെ സ്നേഹത്തോടെ പെരുമാറുകയും വിമലയെ കണ്ണുനിറയെ കാണുകയുമായിരുന്നു. ഞാൻ സംശയിച്ചിരുന്ന

മാതിരിയൊന്നുമല്ല. അവർ തമ്മിൽ നേരത്തെ അടുപ്പമുള്ളതുപോലെ വിമ
ലയിലേക്ക് സ്നേഹപൂർണമായ ഒരു നോട്ടം. അമ്മയുടെയും അവളു
ടെയും മുഖത്ത് സന്തോഷഭാവം.

വിമല അവന്റെ മുറിയിൽ ചെന്ന ഉടനെ ഒരു രോഗിയെ സന്ദർശി
ക്കാനെത്തിയപോലെ വളരെ അകന്നു നിന്നാണ് പെരുമാറിയത്. എന്റെ
സാന്നിധ്യമാണ് അതിന്റെ കാരണമെന്ന് എനിക്കറിയാം. എനിക്കവരുടെ
ഇടയിൽ നിന്ന് മാറിക്കൊടുക്കണമെന്നുണ്ടായിരുന്നു. പക്ഷേ അമ്മ എന്തു
വിചാരിക്കും. അമ്മ അവളോട് എന്തെല്ലാമോ കുശലങ്ങളൊക്കെ അന്വേ
ഷിച്ചതിനുശേഷം ചായ ഉണ്ടാക്കാൻ അടുക്കളയിലേക്കുപോയി. അപ്പോൾ
വിമല അവന്റെ നെറ്റിയിലും കഴുത്തിലുമൊക്കെ തൊട്ടുനോക്കി. രണ്ടു
പേർക്കും പനിക്കപ്പുറത്തേക്ക് പോകണമെന്നുണ്ട്. എന്റെ കണ്ണുകൾ ജനാ
ലയ്ക്കപ്പുറത്തെ മരങ്ങൾ കൊണ്ടുപോവുകയായിരുന്നു. നീണ്ടു
നിൽക്കുന്ന മൂകത, പിന്നെയൊരു പൊട്ടിച്ചിരി, പിന്നെ പറയാനുള്ളത്
പറയാൻ കഴിയാത്തതിലുള്ള വിമ്മിട്ടം. "കേട്ടോ ദേവദാസ് നിന്റെ ഈ
പനിക്കും വിമലയ്ക്കുമിടയിൽ എനിക്ക് സ്വർഗത്തിലെ കട്ടുറുമ്പ് ആകേ
ണ്ടിവന്നല്ലോ എന്ന് മനസിലോർക്കുകയായിരുന്നു." അപ്പോൾ ഞാനങ്ങു
വല്ലാതായിപ്പോയി. ഒരുനിമിഷം എന്റെ സാന്നിധ്യത്തേയും ആ മുറി
യേയും അമ്മയെയുമൊക്കെ വിസ്മരിച്ചുകൊണ്ട് ദേവദാസ് അവളെ
അവന്റെ നെഞ്ചോടു ചേർത്തു. എന്റെ കണ്ണുകൾ ആഞ്ഞ പുറപ്പെടുവി
ക്കുന്നത് അവർ ഗൗനിച്ചതേയില്ല. പിന്നെ ഞാൻ നിസംഗനായി ജനലോരം
ചാരിനിന്നു.

ഞങ്ങൾ തിരിച്ചുപോരുമ്പോൾ വിമല പറഞ്ഞു, " ദേവദാസിനു വല്ലാ
ത്തൊരു വിളർച്ചയുണ്ട്. തീരെ പ്രസരിപ്പില്ല അവന്റെ മുഖത്ത്. സ്മോക്കിങ്
ആയിരിക്കും പനിയുടെ കാരണം. എത്ര സിഗരറ്റാണവൻ ഒരു ദിവസം
വലിച്ചുതള്ളുന്നത്. ആരു പറഞ്ഞാലും കേൾക്കുകയുമില്ല."

" വരട്ടെ അവന്റെ സ്മോക്കിങ് സ്റ്റോപ്പ് ചെയ്യിക്കുക തന്നെ വേണം,"
ഞാൻ പറഞ്ഞു.

വ്യാഴാഴ്ച കോളേജിൽ വന്നു.

"ആളാകെ ഒന്നു മാറിയതുപോലെ. ഒരിക്കലുമില്ലാത്ത ഒരുതരം
വിളർച്ചയും ക്ഷീണവും മുഖത്ത്. അഞ്ചാറു ദിവസം കൊണ്ടൊരാൾ
ഇങ്ങനെയായിപ്പോകുമോ" വിമല എന്നോട് ചോദിച്ചു.

ഒരാഴ്ച കഴിഞ്ഞപ്പോൾ ദേവദാസിനു വീണ്ടും പനി വന്നു. ഞാനും
വിമലയും നിത്യവും വൈകുന്നേരം അവനെ ചെന്നുനോക്കും. അവന്റെ
അമ്മയ്ക്ക് ഞങ്ങൾ ചെല്ലുന്നത് വലിയൊരാശ്വാസമായിരുന്നു. അമ്മയുടെ
മുമ്പിൽവച്ചുതന്നെ വിമല ദേവദാസിനോടു കൂടുതൽ സ്വാതന്ത്ര്യമെടു
ത്തു. മറ്റൊരാൾക്കു വേണമെങ്കിൽ വിമലയെ തെറ്റിദ്ധരിക്കാം. പക്ഷേ
അവന്റെ അമ്മയ്ക്ക് അങ്ങനെയൊരു ഭാവമേ ഉണ്ടായിരുന്നില്ല.

ഡോക്ടർ മരുന്നു മാറ്റി. എന്നിട്ടും പനിവിടുന്നില്ല. അന്നേരം അവൻ

പറഞ്ഞു, "പനി ഒരുഭാഗത്തു കിടക്കും. വിമലയും നീയും നിത്യവും വര
ണം. ഇന്നലെ വിമല *ടോയൻബിയും വിൽഡ്യുറന്റും* കൊണ്ടുതന്നു. ഞാൻ
നേരത്തെ വായിച്ചതാണ്. ഈ പനിക്കിടയിൽ വായിക്കുമ്പോൾ
ടോയൻബിയോട് കൂടുതൽ മതിപ്പുണ്ടാകുന്നു.

പഴയപോലെതന്നെ സംസാരിക്കുന്നതിൽ അവനു ഹരമായിരുന്നു.
സംഭാഷണം അവനിൽ ഒരു കലയാണ്. ടോയൻബിയുടെ ആത്മാവിൽ
കയറി സംസാരിക്കുമ്പോൾ ഞങ്ങൾ തടയും. അതവന് ഇഷ്ടമാവുന്നു
ണ്ടായിരുന്നില്ല.

വീണ്ടും ഒരാഴ്ച കഴിഞ്ഞപ്പോൾ ജാസ്മിൻ ഹോസ്പിറ്റലിലോ മെഡി
ക്കൽ കോളേജ് ഹോസ്പിറ്റലിലോ ദേവദാസിനെ അഡ്മിറ്റു ചെയ്യാൻ
ഡോക്ടർ ഉപദേശിച്ചു. ആദ്യം അവൻ അതിനു തയാറായില്ല. പിന്നെ
വിമലയുടെയും എന്റെയും നിർബന്ധം സഹിക്കവയ്യാതെയാണ്
ജാസ്മിൻ ഹോസ്പിറ്റലിൽ അഡ്മിറ്റായത്. ഹോസ്പിറ്റലിലേക്ക് പോകു
മ്പോൾ അവന് വേറൊരു നോട്ടമായിരുന്നു. വിമലയ്ക്ക് ഏതു സമയത്തും
വരാമല്ലോ. അത് എന്റെ ചെവിയിൽ രണ്ടോ മൂന്നോ തവണ അവൻ പറ
ഞ്ഞതാണ്. നാലു ദിവസം ഹോസ്പിറ്റലിൽ കിടന്നിട്ടും പനി കുറഞ്ഞി
ല്ല. "ടൈഫോയിഡൊ മറ്റോ ആയിരിക്കുമോ." വിമല അങ്ങനെയൊരു
സംശയം പറഞ്ഞു. എന്താ സിസ്റ്ററേ പനി തീരെ വിടാത്തതെന്ന് ചോദി
ച്ചപ്പോൾ ബ്ലഡ് ഫർദർ ഇൻവെസ്റ്റിഗേഷനു പോയിട്ടുണ്ടെന്നു പറഞ്ഞ്
സിസ്റ്റർ വേഗം നടന്നുപോയി.

ഞാനും വിമലയും ദേവദാസിന്റെ സമീപത്തുതന്നെയായിരുന്നു.
സന്ദർശകരൊഴിഞ്ഞ സമയമില്ല. രാത്രി വളരെ വൈകുന്നതുവരെ കണ്ണൻ
മാസ്റ്ററും അരികത്തുതന്നെ ഇരിക്കും. അവന്റെ പനി എല്ലാവരെയും അല
ട്ടിത്തുടങ്ങി.

ഹോസ്പിറ്റലിൽ വന്നിട്ട് ആറാമത്തെ ദിവസം വൈകുന്നേരം
ഡോക്ടർ ഉമ്മൻ എന്നെ അദ്ദേഹത്തിന്റെ മുറിയിലേക്ക് വിളിച്ചു. ഡോക്ടർ
അസ്വസ്ഥനായി നെറ്റി തടവിക്കൊണ്ട് ഒന്നും സംസാരിക്കാതെ എന്നെ
നോക്കി ഇരുന്നു. എന്നിട്ട് ദേവദാസിന്റെ ബ്ലഡ് ഇൻവെസ്റ്റിഗേഷൻ
റിപ്പോർട്ട് കയ്യിൽ തന്നു. ആ കടലാസുതുണ്ടിലൂടെ കടന്നുപോയ നിമിഷം
മാത്രമേ എനിക്കോർമയുള്ളൂ. ഞാൻ ഡോക്ടറുടെ മുറിയിൽനിന്നും
പുറത്തിറങ്ങി ഹോസ്പിറ്റൽ കോമ്പൗണ്ടിലെ ചെമ്പകമരച്ചുവട്ടിൽ ചെന്നി
രുന്നു. രാത്രിയാവുന്നതുവരെ ഞാനവിടെത്തന്നെ ഇരിക്കുകയായിരുന്നു.
ആരും എന്നെ കണ്ടില്ല. ഞാനും ആരെയും കണ്ടില്ല. രാത്രി ഏതോ സമ
യത്ത് ഞാൻ ദേവദാസിന്റെ മുറിയിൽ ചെല്ലുമ്പോൾ അവൻ വിമലയോടും
അമ്മയോടും സംസാരിച്ചുകൊണ്ട് കിടക്കുകയായിരുന്നു. എന്റെ വരവ്
അവനിൽ ഒരു പ്രത്യേക സന്തോഷം ഉളവാക്കിയതായിത്തോന്നി.
അത്രയും സമയം വിമല ആശുപത്രിവരാന്തയിലാകെ എന്നെ തിരയുക

യായിരുന്നുവെന്നു പറഞ്ഞു. എന്നോട് എന്തൊക്കെയോ സംസാരിക്കു
വാനായി ദേവദാസ് പതുക്കെ നിവർന്നിരുന്നു. പക്ഷേ എനിക്കവിടെ
നിൽക്കാൻ കഴിയുന്നില്ലായിരുന്നു. എന്തോ പറഞ്ഞ് ഞാൻ പുറത്തിറ
ങ്ങി. എങ്ങോട്ട് പോകണമെന്ന് അറിഞ്ഞുകൂടാ. ചെമ്പകച്ചുവട്ടിൽ വേറെ
ആളുകൾ വന്നുകിടന്നു കഴിഞ്ഞിരുന്നു. എങ്ങോട്ടെന്നറിയാതെ വെറുതെ
നടന്ന ഞാൻ എത്തിപ്പെട്ടത് ഡോക്ടർ ഉമ്മന്റെ വീട്ടിലായിരുന്നു. ഒരു
തരം നിസ്സംഗതയോടെയാണ് ഡോക്ടർ എന്നെ അദ്ദേഹത്തിന്റെ മുറി
യിലേക്ക് വിളിച്ചത്. എനിക്ക് ഒന്നും പറയാൻ കഴിയുന്നില്ല. ഡോക്ടറുടെ
മുമ്പിലിരുന്നു ഞാൻ കുറെനേരം കരഞ്ഞു. ഞാൻ കരയുന്ന ഒച്ചകേട്ട്
ഡോക്ടറുടെ ഭാര്യയും മക്കളുമൊക്കെ വാതിക്കൽവന്നുനിന്ന് എത്തി
നോക്കുന്നുണ്ടായിരുന്നു. എന്റെ ബോധാവാസ്ഥ അകലുകയായിരുന്നു.
തിരിച്ച് വീണ്ടും ദേവദാസിന്റെ മുറിയിൽത്തന്നെ വന്നു. ദേവദാസ് ഉറ
ങ്ങിക്കഴിഞ്ഞിരുന്നു. അമ്മയും വിമലയും ഉണർന്നിരിക്കുന്നു. എന്നെ ആ
നേരത്ത് വീണ്ടും കണ്ടത് അവർക്ക് അത്ഭുതമായി. കുറെനേരം മൂക
നായി അവരുടെ മുമ്പിൽ നിൽക്കുകയും എന്തു ചെയ്യണമെന്നറിയാതെ
വീണ്ടും പുറത്തിറങ്ങുകയും ഹോസ്പിറ്റൽ കോമ്പൗണ്ടിലാകെ ചുറ്റിന
ടക്കുകയുമായിരുന്നു ഞാൻ. പാതിരയ്ക്കെപ്പോഴോ ഞാൻ ആ ചെമ്പക
ച്ചുവട്ടിലെ ബഞ്ചിൽ വന്നുകിടന്നു. ഏതോ ഒരു കിഴവനാണ് രാവിലെ
എന്നെ വിളിച്ചുണർത്തിയത്. കണ്ണുതുറന്ന് നിമിഷങ്ങളോളം വരാനിരി
ക്കുന്ന ആ പകലിന്റെ തുടക്കത്തെ നോക്കിക്കൊണ്ടിരുന്നിട്ട് ഞാൻ എഴു
ന്നേറ്റ് ധൃതിയിൽ എന്റെ വീട്ടിലേക്കുപോയി.

അന്ന് ഉച്ചയ്ക്കാവാം വിമല വിവരമറിഞ്ഞത്. വൈകുന്നേരം ഞാൻ
ഹോസ്പിറ്റലിൽ എത്തുമ്പോൾ ദേവദാസിന്റെ മുറിയിൽ വിമലയല്ലാതെ
മറ്റാരുമുണ്ടായിരുന്നില്ല. എപ്പോഴൊക്കെയോ കരഞ്ഞു വീർത്ത മുഖവു
മായി വിമല ദേവദാസിന്റെ തലയ്ക്കരികെ ഇരിക്കുന്നു. ദേവദാസ് ഉറ
ങ്ങുകയായിരുന്നു.

"ദേവദാസ് മോഹനനെ പകലൊക്കെ അന്വേഷിച്ചു." എന്നിട്ടു വിമല
പൊടുന്നനെ പൊട്ടിക്കരഞ്ഞു. ദേവദാസ് ഉണരുമെന്ന് തോന്നിയിട്ടാവാം
അവൾ വാപൊത്തി കരച്ചിലിനു വിരാമമിട്ടത്. നിയന്ത്രിക്കാൻ കഴിയാതെ
വീണ്ടുമവൾ കരഞ്ഞുപോയെങ്കിലും ദേവദാസ് ഉണർന്നില്ല.

അന്നു വൈകുന്നേരത്തെ ആദ്യത്തെ സന്ദർശകൻ കണ്ണൻ മാസ്റ്റ
റായിരുന്നു. പിന്നെ ഏതാനും സമയംകൊണ്ട് മുറിനിറഞ്ഞു. രാത്രി
വൈകുന്നതുവരെ ആളുകൾ വന്നും പോയുമിരുന്നു.

കണ്ണൻമാസ്റ്റർ ഒന്നും മിണ്ടാതെ അവന്റെ സമീപത്തുതന്നെ ഇരി
ക്കുന്നു. മാസ്റ്ററും കാര്യം അറിഞ്ഞിട്ടുണ്ട്. എന്റെ കണ്ണുകൾ ദേവദാസിന്റെ
മുഖത്തുതന്നെയായിരുന്നു. അവന്റെ മുഖം പാടെ മാറിപ്പോയിരിക്കുന്നു.
അന്നു സന്ധ്യയോടെ ഞാനും ദേവദാസും നിർബന്ധിച്ച് വിമലയെ

വീട്ടിലേക്ക് പറഞ്ഞയച്ചു. വിമല പോയപ്പോൾ ദേവദാസ് പറഞ്ഞു, "രാത്രി സമയത്ത് വിമല ഇവിടെ ഇരിക്കുന്നത് ശരിയല്ല. അമ്മയും വേണ്ട, നീ മാത്രം നിന്നാൽമതി. നമ്മൾ രണ്ടുപേർക്കും ഒരുപാടു കാര്യങ്ങൾ സംസാ രിക്കാനുണ്ട്." എന്നിട്ട് അവൻ എന്നെ നോക്കി ഒന്നുചിരിച്ചു. അന്ന് രാത്രി ഞങ്ങൾ ഒന്നും സംസാരിച്ചില്ല. അവൻ നേരത്തെതന്നെ ഉറങ്ങിപ്പോയി. പിറ്റേദിവസം സന്ധ്യാനേരത്ത് മേലിട്ട ബെഡ്ഷീറ്റ് മാറ്റി ജാലകത്തിനടു ത്തുചെന്ന് ചെമ്പകമരത്തെ നോക്കിക്കൊണ്ട് ദേവദാസ് എന്നോടു പറഞ്ഞു, "ഈ പനിയെ എനിക്ക് തുടക്കം മുതലേ സംശയമുണ്ടായിരു ന്നു." എന്നിട്ടവൻ ചെമ്പകമരത്തോടും ചിരിച്ചു. ആ ചിരി എന്നിലൊരു ഞെട്ടലാണുണ്ടാക്കിയത്. ഞങ്ങൾ ഒളിച്ചുവച്ചകാര്യം ദേവദാസ് മനസി ലാക്കിയോ. കുറേ ദിവസത്തേക്ക് അവനിതൊന്നും അറിയാൻ പാടുള്ള തല്ല. പക്ഷേ അവനറിഞ്ഞു കഴിഞ്ഞു. മറ്റാരും പറയാതെതന്നെ അവന് എല്ലാം അറിയാൻ കഴിഞ്ഞു.

ബ്ലഡ് കുത്തിവയ്ക്കുവാൻ തുടങ്ങിയപ്പോൾ ദേവദാസ് ചിരിച്ചു. അവൻ ഡോക്ടറോടും നേഴ്സുമാരോടുമൊക്കെ തന്റെ രോഗത്തെക്കു റിച്ച് ഒരുപാടു തമാശപറഞ്ഞു,"വെള്ളപ്പടയാളികൾ കൂട്ടംകൂട്ടമായി ആക്ര മിക്കുവാൻ വന്നാൽ പാവപ്പെട്ട ചുവപ്പന്മാർക്ക് വല്ല രക്ഷയുമുണ്ടോ. എന്റെ ശരീരത്തിലെ റെഡ്ഫാർമിക്ക് ഇനി ഒരു രക്ഷയുമില്ല."

ദേവദാസ് സ്വയം മറ്റൊരവസ്ഥ സൃഷ്ടിക്കുകയായിരുന്നു. എല്ലാം അവനറിഞ്ഞു. പക്ഷേ തനിക്ക് ഒന്നും സംഭവിച്ചിട്ടില്ല എന്ന മട്ടിലായി രുന്നു അവന്റെ എല്ലാ പ്രവൃത്തികളും. അവന്റെ ബെഡ്ഡിനരികിൽ നിന്നും ആളുകൾ ഒഴിയാതെയായി. സംസാരിച്ചും തമാശപറഞ്ഞും തളരുമ്പോൾ അവൻ കിടന്നുറങ്ങിപ്പോകും.

ദേവദാസിന്റെ രോഗത്തെക്കുറിച്ച് പുറത്തറിഞ്ഞു തുടങ്ങി. അവന്റെ അമ്മയുടെ സമനില തെറ്റിപ്പോകുമോയെന്നു ഞാൻ ഭയപ്പെട്ടു. ഈ മക നുവേണ്ടിയാണ് അമ്മ ജീവിച്ചത്. അവന്റെ ആഗ്രഹങ്ങളുടെ പിന്നാലെ ആഹ്ലാദപുരസ്സരം നടത്തിയ യാത്രയാണ് അമ്മയുടെ ജീവിതം.

ദേവദാസിന്റെ അമ്മയും വിമലയും കെട്ടിപ്പിടിച്ച് കരയുന്നത് പലത വണ ഞാൻ കണ്ടു. സംസാരിക്കുവാനുള്ള കഴിവ് നഷ്ടപ്പെട്ടതുപോലെ ഉണ്ടായിരുന്നു അവരിരുവരും.

ദേവദാസിനെ ബാംഗ്ലൂരിലേക്ക് കൊണ്ടുപോകുവാനുള്ള ആലോചന അവന്റെ നേതാക്കന്മാരുടെ ഭാഗത്തുനിന്നും ആരംഭിച്ചു. ഉമ്മൻ ഡോക്ടർക്ക് അതിന്റെ ആവശ്യം തോന്നിയില്ല. പക്ഷേ അദ്ദേഹവും സമ്മ തിച്ചു. ബാംഗ്ലൂരിലേക്ക് പോകുന്നകാര്യം പറഞ്ഞപ്പോൾ ദേവദാസ് അതൊരു പരിഹാസമായിട്ടാണെടുത്തത്. അവസാനം ഞങ്ങളുടെ നിർബന്ധം സഹിക്കാനാവാതെ വന്നപ്പോൾ അവൻ പറഞ്ഞു, "ശരി പോകാം. ബാംഗ്ലൂർ നഗരമൊക്കെ ഒന്നു കാണാമല്ലോ. എന്റെകൂടെ നീയും വിമലയും മാത്രം വന്നാൽമതി."

അന്നു വൈകുന്നേരമാണെന്നു തോന്നുന്നു വിമല വീട്ടിലേക്ക് പോകാൻ തുടങ്ങുമ്പോൾ ദേവദാസ് ചോദിച്ചു, "വിമലയ്ക്ക് ഇന്നു രാത്രി ഇവിടെനിന്നുകൂടെ." എന്നിട്ട് എന്റെ നേരെ തിരിഞ്ഞു "മോഹനാ നീയും ഇന്നു രാത്രി എങ്ങോട്ടും പോകരുത്. അമ്മയെ സന്ധ്യക്കു മുമ്പേ എങ്ങനെയും വീട്ടിലേക്ക് പറഞ്ഞയക്കണം."

ദേവദാസിന്റെ സംസാരവും രീതികളുമൊക്കെ പാടെ മാറുകയായിരുന്നു. കഠിനമായ ക്ഷീണത്തിനിടയിലും വരുന്നവരോടൊക്കെ ദീർഘമായ സംഭാഷണങ്ങളിലേർപ്പെടുന്നു. മറ്റുള്ളവരോട് ചിരിക്കാനും ആഹ്ലാദിക്കാനും കഴിയുന്ന സന്ദർഭങ്ങൾ ബോധപൂർവം സൃഷ്ടിക്കുന്നു. രാത്രി പത്തുമണിവരെ അന്നു ദേവദാസിന്റെ മുറിയിൽ സന്ദർശകരുണ്ടായിരുന്നു. എല്ലാവരും പോയിക്കഴിഞ്ഞപ്പോൾ അവൻ പറഞ്ഞു, "എനിക്കിന്ന് സംസാരിക്കാൻ നല്ല മൂഡായിരുന്നു. കണ്ണൻ മാസ്റ്ററും ഞാനും ഇന്ന് ഒരുപാടുനേരം രാഷ്ട്രീയം സംസാരിച്ചു."

"പത്തു മണികഴിഞ്ഞില്ലേ. ഇനി ദേവദാസ് കിടന്നുറങ്ങു."

"ഇല്ല, മോഹനാ ഞാനിന്ന് വളരെ വൈകിയേ ഉറങ്ങുകയുള്ളു. എനിക്കിന്ന് നിന്നോടും വിമലയോടും ഒരു പ്രധാനകാര്യം സംസാരിക്കാനുണ്ട്."

പുറത്തു നല്ല നിലാവുണ്ടായിരുന്നു. ആ നിലാവെളിച്ചത്തെ നോക്കിക്കൊണ്ട് അവൻ എന്നോട് ചോദിച്ചു, "നമുക്ക് മൂന്നുപേർക്കും ആ ചെമ്പകമരച്ചുവട്ടിൽ പോയിരുന്നാലെന്താ." ഞാൻ സമ്മതിച്ചില്ല. പിന്നെ അവൻ അതിനു നിർബന്ധിച്ചതുമില്ല. തണുപ്പുകാറ്റു വീശുന്ന കടൽത്തീരവും നിലാവുള്ള രാത്രികളും ഇരുൾവിട്ടുമാറാത്ത പ്രഭാതങ്ങളുമൊക്കെ അവന്റെ സുഖങ്ങളാണെന്നെനിക്കറിയാം. പക്ഷേ ഇപ്പോൾ ചെമ്പകമരച്ചുവട്ടിലെ നിലാവിലേക്കവനെ കൊണ്ടുപോകുന്നില്ലായെന്നു ഞാൻ തീരുമാനിച്ചു.

നന്നെ ചെറുപ്പത്തിലേ തന്നെ ജീവിതത്തിന്റെ നിസ്സാരതയെക്കുറിച്ച് തനിക്കറിയാമായിരുന്നുവെന്ന മുഖവുരയോടെയാണ് അവൻ സംസാരിച്ചുതുടങ്ങിയത്. സംസാരിച്ചു സംസാരിച്ച് ഒടുവിൽ മനുഷ്യജീവിതത്തെ കാറ്റിൽ പറക്കുന്ന ഒരു കരിയിലയാക്കി ഞങ്ങളുടെ മുമ്പിലിട്ടു. എന്നിട്ട് അവൻ അവനെക്കുറിച്ചു തന്നെ സംസാരിച്ചു. അവനെക്കുറിച്ചുള്ള സംസാരം അവന്റെ മരണത്തിലേക്ക് നീണ്ടുപോയി. മരണത്തിനുശേഷമുള്ള അവനെയും ഞങ്ങളുടെ മുമ്പിൽ അവതരിപ്പിക്കുകയായിരുന്നു. സ്മരണകളുടെ സൗന്ദര്യത്തെക്കുറിച്ചായി പിന്നെ സംസാരം. മനുഷ്യൻ ഓർമകളുടെ സ്മാരകമായിത്തീരുന്നതിലാണ് ഭംഗിയെന്നു പറഞ്ഞു ചിരിച്ചു.

സമയം നീളുകയായിരുന്നു. ഞാനവനെ അതോർമപ്പെടുത്തിക്കൊണ്ടേയിരുന്നു. ഏതു സമയമെന്ന് അപ്പോഴെല്ലാം അവൻ സ്വയം ചോദി

ച്ചുകാണും.

"നിങ്ങളുടെ കണ്ണുകളിൽ ഉറക്കം കടന്നുവരുന്നില്ല എന്നെനിക്കറി
യാം." അതു പറഞ്ഞിട്ട് അവൻ എന്നേയും വിമലയേയും സൂക്ഷിച്ചു
നോക്കി. "കേൾക്കു മോഹനാ എനിക്ക് നിങ്ങൾ രണ്ടുപേരിൽനിന്നും
ഇന്നു രാത്രി ഒരു ഉറപ്പ് കൂടിയേതീരൂ. അത് എന്റെ അന്ത്യാഭിലാഷമാ
ണെന്നു വേണമെങ്കിൽ കരുതിക്കോളൂ."

ഞങ്ങൾ അവനെത്തന്നെ ഉറ്റുനോക്കുകയായിരുന്നു. അപ്പോൾ
എന്റെ മനസ്സ് ഇങ്ങനെയായി — ദേവദാസ് നീ മരിച്ചുപോകുമെന്ന് എനി
ക്കറിയാം. നീ പോയിക്കഴിഞ്ഞ ഈ ലോകത്ത് പിന്നെ ജീവിക്കാൻ എനി
ക്കാഗ്രഹമില്ല. നിന്റെ അന്ത്യാഭിലാഷം എന്റെയും അന്ത്യാഭിലാഷമാണ്.

ദേവദാസ് എന്നെയും വിമലയേയും കൊച്ചുകുട്ടികളെപ്പോലെ
അവന്റെ ഇടത്തും വലത്തും പിടിച്ചിരുത്തി. ഞങ്ങളുടെ തോളത്ത് കയ്യി
ട്ടുകൊണ്ട് ഒരുനിമിഷം ധ്യാനനിമഗ്നനായി ഇരുന്നു. എന്നിട്ട് ഒരു പ്രത്യേക
സ്വരത്തിൽ എവിടെയെല്ലാമോ മുഴുങ്ങുവാനുള്ളതുപോലെ പറഞ്ഞു,
"ദൈവമേ ഈ സൗന്ദര്യം നീ കാണുന്നുണ്ടല്ലോ. ഇത് ഭൂമിക്ക് നീ
നൽകിയ അനുഗ്രഹങ്ങളിൽ ഒന്നുതന്നെ." അവൻ വീണ്ടും ധ്യാനനിമ
ഗ്നനാവുകയായിരുന്നു. ഞാൻ എന്നിൽനിന്നും പറന്നുപോയതുപോലെ.
എവിടെയും ഞാനില്ലാത്ത ഒരവസ്ഥ.

"മോഹനാ ഞാൻ മരിച്ചു കഴിഞ്ഞാൽ നീയായിരിക്കണം വിമലയുടെ
ദേവദാസ്." അതു പറഞ്ഞു ദേവദാസ് ഞങ്ങളെപ്പിടിച്ച് അവനോടണച്ചു
പിടിക്കുകയായിരുന്നു. എനിക്കനങ്ങാൻ കഴിയുന്നില്ല. എന്റെ തലയ്ക്ക
കത്തും ആ മുറിയിലും എന്തോ പൊട്ടിത്തെറിച്ചു. ഞാനാകെ പാളിക്ക
ത്തുകയായിരുന്നു. എനിക്കോടി എങ്ങോട്ടെങ്കിലും പോകണം. പക്ഷേ
ദേവദാസിന്റെ കൈക്കുള്ളിലാണ് ഞാൻ. വിമലയുടെ അപ്പോഴത്തെ
അവസ്ഥ ഞാൻ അറിയുന്നുണ്ടായിരുന്നില്ല. ഒരുനിമിഷം എനിക്കുതോന്നി
ഈ പെണ്ണിനെ മുറിയിൽ നിന്നാട്ടിപ്പുറത്താക്കണം.

"ഞാൻ വിമലയെ സ്നേഹിച്ചതെങ്ങനെയാണെന്ന് നിനക്കറിയാം.
ആ സ്നേഹം നീ ഏറ്റെടുക്കണം. ദേവദാസ് ആരാണെന്ന് പൂർണമായും
മനസിലാക്കിയ രണ്ടാളുകളേയുള്ളൂ. അത് നീയും വിമലയുമാണ്. എന്റെ
അന്ത്യാഭിലാഷം സാധിച്ചുതരാൻ നിങ്ങൾ രണ്ടാളുകളേയുള്ളൂ. ജീവിത
ത്തെപ്പോലെതന്നെ സ്നേഹവും ഒരു തുടർച്ചയാണ്. തീരാത്ത വേദന
കളും ഉണങ്ങാത്ത മുറിവുകളും ഇല്ലെന്നറിയുക."

ഞാൻ ദേവദാസിന്റെ കയ്യിൽനിന്നും കുതറിമാറാൻ ശ്രമിച്ചു. പക്ഷേ
അവൻ ബലമായി എന്നെ അവനോട് ചേർത്തുപിടിക്കുകയായിരുന്നു.
എല്ലാ നിയന്ത്രണങ്ങളും വിട്ടുപോയ നിമിഷത്തിൽ ഞാൻ ചോദിച്ചു, "ദേവ
ദാസ് നിനക്കിതെങ്ങനെ പറയാൻ കഴിയുന്നു? ഇത്രയേറെ ക്രൂരനാവാൻ
നിനക്കെങ്ങനെ കഴിഞ്ഞു?" ദേവദാസിന്റെ മറുപടി എന്റെ മൂർദ്ധാവിൽ
ഒരു ചുംബനമായിരുന്നു.

കരയാനോ ഒരു വാക്കുരിയാടാനോ കഴിയാതെയാവാം വിമല ദേവ ദാസിന്റെ മടിയിൽ തലചായ്ച്ചത്. അവൾ അർധബോധാവസ്ഥയിൽ എന്തൊക്കെയോ ശബ്ദമുണ്ടാക്കിക്കൊണ്ടിരുന്നു. ദേവദാസ് എന്തൊ ക്കെയോ സംസാരിച്ചുകൊണ്ടേയിരിക്കുകയായിരുന്നു. അവൻ സംസാ രിക്കുന്നതൊന്നും എന്റെ കാതിൽ വീഴുന്നുണ്ടായിരുന്നില്ല. പിന്നെ കുറെനേരം ആ മുറിയിൽ അനക്കമില്ല. ഞങ്ങൾ മൂന്നുപേരെയും ആരോ അടിച്ചുറക്കിയതുപോലെ.

പെട്ടെന്ന് ദേവദാസ് എന്റെ വലതുകൈ എടുത്തു വിമലയുടെ കയ്യോ ടു ചേർത്തുവെച്ചു. എന്നിട്ട് ദേവദാസ് ഒരു മായജാലക്കാരനെപ്പോലെ ചിരിച്ചു. ഞാൻ ചാടിപ്പിടഞ്ഞെഴുന്നേറ്റ് ദേവദാസിന്റെ മുമ്പിൽ മുട്ടുകുത്തി അവന്റെ മടിയിൽ തലയിട്ടടിച്ചുകരഞ്ഞു. അങ്ങനെ കരഞ്ഞുകൊണ്ടു ഞാൻ പുറത്തിറങ്ങി ചെമ്പകമരച്ചുവട്ടിൽ ചെന്നുകിടന്നു. ആ രാത്രി ദേവ ദാസിന്റെ മുറിയിൽ പിന്നെ എങ്ങനെയാണ് അവസാനിച്ചതെന്ന് എനി ക്കറിഞ്ഞുകൂടാ.

ദേവദാസിനെ ബാംഗ്ലൂരിലേക്ക് കൊണ്ടുപോകുന്നതു വേണ്ടെന്നു വച്ചത് ഓമനയമ്മയുടെ അനുജത്തി കൃഷ്ണമ്മയാണ്. ഡോക്ടർ ഉമ്മനും ബാംഗ്ലൂരിലേക്ക് കൊണ്ടുപോകുന്നതിനോട് നേരത്തെ തീരെ യോജിപ്പു ണ്ടായിരുന്നില്ല. നമുക്ക് ദേവദാസിനെ ബാംഗ്ലൂരിലേക്ക് കൊണ്ടുപോയാ ലെന്തായെന്നു ഞാൻ കണ്ണൻ മാസ്റ്ററോടും ദേവദാസിന്റെ നേതാക്കന്മാ രോടുമൊക്കെ ചോദിച്ചു. ബന്ധുക്കളും ഡോക്ടറും വേണ്ടെന്നുവച്ചാൽ നമ്മളെന്തുചെയ്യാനാ എന്നായിരുന്നു അവരുടെയെല്ലാം നിലപാട്. ഡോക്ടർ ഉമ്മൻ ഞാൻ ഇങ്ങനെ ചോദിച്ചപ്പോഴെല്ലാം മുഖമൊന്ന് ഇട ത്തോട്ട് കോട്ടി കൃത്രിമമായ ഒരു ചിരിയുടെ മറവിൽ മൗനംപാലിക്കുക യാണുണ്ടായത്.

കൃഷ്ണമ്മ വന്നതിനുശേഷം അവർ തന്നെയാണ് രാവും പകലും ദേവദാസിന്റെ അടുത്തു നിൽക്കുന്നത്. വിമല രാവിലെയും വൈകുന്നേ രവും വരും. ഓമനയമ്മയെ സന്ധ്യയാകുമ്പോൾ ഞാൻ വീട്ടിൽ കൊണ്ടു പോയി വിടണം.

രാത്രി മുഴുവനും ഞാൻ ദേവദാസിന്റെ മുറിയിലും വരാന്തയിലും, ചെമ്പകമരച്ചുവട്ടിലുമായി കഴിച്ചുകൂട്ടും. കരച്ചിൽ വരുമ്പോഴാണ് ചെമ്പ കമരച്ചുവട്ടിൽ ചെന്ന് ഇരിക്കുക.

എന്തുകൊണ്ടോ എനിക്ക് ആ ദിനങ്ങളിൽ വിമലയോട് വെറുപ്പാണ് തോന്നിയത്. അവളിങ്ങനെ രണ്ടുംമൂന്നും മണിക്കൂർ ദേവദാസിന്റെ ബെഡ്ഡിനരികെ നിൽക്കുന്നത് ഒരു ദുഃശകുനം പോലെ തോന്നും. ചില സമയത്ത് ഞാനവളോട് തീരെ സംസാരിക്കാതെയായി. ദേവദാസിനെ സന്ദർശിക്കുന്നവരെല്ലാം അവളെ സൂക്ഷിച്ചുനോക്കുന്നുണ്ട്. വിമല ഒര ക്ഷരം സംസാരിക്കാതെ ഒരേ നിൽപ്പാണ്. എന്നിട്ട് സന്ധ്യയാകുമ്പോൾ നിറഞ്ഞ കണ്ണുകളോടെ ഇറങ്ങിപ്പോകും. വിമല വരുമ്പോൾ കൃഷ്ണമ്മ

യുടെ മുഖമൊന്നു വാടുന്നതുകാണാം. വിമലയോട് എന്തോ ഒരതൃപ്തി അവരുടെ മനസിലുണ്ട്. ദേവദാസിന്റെ ബന്ധുക്കൾ പലരും ഏതാണ് ഈ കുട്ടിയെന്ന് കൃഷ്ണമ്മയോട് ചോദിക്കുന്നതു ഞാൻ കേട്ടിട്ടുണ്ട്. അപ്പോൾ കൃഷ്ണമ്മ ഏതെങ്കിലും വഴിക്ക് സംസാരം തിരിച്ചുവിടും. വിമ ലയുടെ കണ്ണുകൾ മറ്റാരുടെയും മുഖത്തു പതിയാറില്ല.

ദേവദാസിന്റെ അവസ്ഥ വളരെ മോശമായിത്തുടങ്ങുകയാണെന്ന് ഒരു വൈകുന്നേരം കണ്ണൻമാസ്റ്റർ എന്നോടു പറഞ്ഞു. അന്നു സന്ധ്യക്കും ദേവദാസ് ഡോക്ടർ ഉമ്മനുമായി തമാശ പറഞ്ഞു ചിരിക്കുകയായിരുന്നു. രാത്രി കുറെനേരം ഞാനും അവന്റെ അടുത്തിരുന്നു സംസാരിച്ചു. കൃഷ്ണമ്മയ്ക്കറിയാം ഞാൻ അടുത്തുണ്ടാവുമ്പോൾ അവനുറക്കം വരി ല്ലെന്ന്. അന്ന് അങ്ങനെയായിരുന്നില്ല. അവൻ വേഗം ഉറങ്ങിപ്പോയി.

പിന്നെ ഞാനും കൃഷ്ണമ്മയും കുറേനേരം വരാന്തയിലിറങ്ങി നിന്നു. നാളെ രാവിലെ ദേവദാസിന്റെ ജാതകം നോക്കാനും പ്രശ്നം വയ്ക്കാനും ദൂരെ നിന്നൊരു ജ്യോത്സ്യൻ വരുന്നുണ്ട്. ഭരണിയാണവന്റെ നക്ഷത്രം എന്നു പറഞ്ഞ് കൃഷ്ണമ്മ പൊട്ടിക്കരഞ്ഞു. അവൻ ഭരണിയും ഞാൻ തിരുവോണവും.

ഞാൻ മുറ്റത്തിറങ്ങി ആ ചെമ്പകമരച്ചുവട്ടിൽ ഇരിക്കുന്നുണ്ടാവു മെന്നു പറഞ്ഞിട്ട് പുറത്തേക്കുനടന്നു. ഹോസ്പിറ്റൽ കോമ്പൗണ്ടിലാകെ വെറുതെ ചുറ്റിനടന്നു. കുറേനേരം കഴിഞ്ഞ് ദേവദാസിന്റെ മുറിയുടെ അടുത്തു വന്ന് ജാലകം പതുക്കെ തുറന്നുനോക്കി. ദേവദാസ് ഉറങ്ങുക യാണ്. മേശപ്പുറത്ത് തലകുനിച്ച് കൃഷ്ണമ്മ ഉറങ്ങുന്നു. ഞാൻ ചെമ്പ കമരച്ചുവട്ടിലേക്കുതന്നെ തിരിച്ചുപോന്നു. ഒഴിഞ്ഞ സിമന്റ് ബഞ്ചിൽക്കേറി കോടിക്കിടന്നു. തൊട്ടടുത്ത ബഞ്ചിലുറങ്ങുന്ന ആളെപ്പോലെ ഉടുമുണ്ട ഴിച്ചു പുതച്ചു. ഉറങ്ങുകയില്ലെന്നു വിചാരിച്ചാണ് കിടന്നത്. കുറച്ചുകഴിഞ്ഞ് എഴുന്നേറ്റ് അങ്ങോട്ടു ചെല്ലണം.

പുലർച്ചെ എന്നെ അറ്റൻഡർ മാധവൻനായർ വന്നു വിളിച്ചപ്പോൾ എനിക്ക് ഒന്നും മനസിലാകുന്നില്ല. എന്നോടു ഓടിച്ചെല്ലാൻ പറഞ്ഞിട്ട് മാധവൻനായർ ഓടിപ്പോവുകയായിരുന്നു. എനിക്ക് എഴുന്നേറ്റുനിൽക്കാൻ പോലും കഴിയുന്നില്ലായിരുന്നു. കുഴഞ്ഞു വീഴാതിരിക്കാൻ ശ്രമിച്ചുകൊ ണ്ട് ഞാൻ പതുക്കെ നടന്നു.

ദേവദാസിന്റെ ജാലകം തുറന്നിട്ടിരിക്കുന്നു. ആരുടെയൊക്കെയോ നിശ്ചലമായ തലകൾ. കൃഷ്ണമ്മയുടെ നിലവിളി.

ഡോക്ടർ രാമൻമേനോൻ ദേവദാസിന്റെ മുറിയിൽ നിന്നിറങ്ങിപ്പോ കുന്നു. ഞാൻ ആ മുറിയുടെ വാതിൽക്കലെത്തി. കൃഷ്ണമ്മയെ ആരൊ ക്കെയോ താങ്ങിപ്പിടിച്ചിരിക്കുന്നു. പുറത്തുനിന്ന് ഓടിയെത്തിക്കൊണ്ടി രുന്ന ആളുകൾ എന്നെ തള്ളിമാറ്റി. ഞാൻ വരാന്തയിലെ തൂണിൽ ചാരി നിന്നു. നന്നായി വെളുത്തുവരികയാണ്.

കൃഷ്ണമ്മയെ രണ്ടുമൂന്നു പേർ താങ്ങിപ്പിടിച്ച് ടാക്സിയിൽ കയ
റ്റുന്നു. അന്നേരം ഞാൻ എല്ലാവരെയും തള്ളിമാറ്റി ദേവദാസിന്റെ അടുത്തു
ചെന്നുനിന്നു. നേഴ്സ് അവന്റെ മൂക്കിൽ പഞ്ഞിവച്ചു പിൻമാറുമ്പോൾ
ഞാൻ പിന്നോട്ടുമറിഞ്ഞു വീണു. അതിനുശേഷം ദേവദാസിന്റെ ആ
പകൽ എങ്ങനെയായിരുന്നുവെന്ന് ഞാൻ കണ്ടിട്ടില്ല. സന്ധ്യാനേരത്ത്
കത്തുന്ന ചിതയിലേക്കാണ് പിന്നെ ഞാൻ കണ്ണുതുറന്നത്.

മൂന്ന്

എന്റെ മറ്റൊരു ജീവിതം. ഇല്ല ആ നാളുകളിൽ ഞാൻ ജീവിക്കു ന്നില്ലായിരുന്നു. വീട്ടിനകത്തുനിന്നു ഞാൻ പുറത്തിറങ്ങാതായി. മൗനി യായി വീട്ടിൽത്തന്നെ കിടന്നും ഇരുന്നും കഴിയുന്ന എന്നെ കണ്ട് എന്റെ അച്ഛനും അമ്മയും പേടിച്ചു. ആഹാരം, കുളി, പത്രവായന എന്നിവ യെല്ലാം എന്നിൽ നിന്നകന്നുപോയി. കിടക്കുക, ഇരിക്കുക ഇതുമാത്ര മായി ഞാൻ. എന്റെ ദിനങ്ങളെ ഞാനറിയുന്നുണ്ടായിരുന്നില്ല.

കണ്ണൻ മാസ്റ്റർ ചില വൈകുന്നേരങ്ങളിൽ എന്നെ കാണാൻ വരും. മാസ്റ്ററും അമ്മയും എന്തോ സ്വകാര്യം പറയുന്നതു ഞാൻ കാണും. എന്നെക്കുറിച്ചാണ് പറയുന്നതെന്നെനിക്കറിയാം.

യുവാവായിരുന്നപ്പോൾ സന്യാസിയാകാൻ മോഹിച്ച് അത് കഴി യാതെ ജീവിതത്തിലേക്കുതന്നെ വന്ന എന്റെ അച്ഛൻ എനിക്കോർമവെ ച്ചപ്പോഴേ വീട്ടിൽ ഒരന്യനാണ്. മനസിലേക്കുള്ള എല്ലാ വാതിലുകളും അടച്ചുപൂട്ടിയ അച്ഛൻ ഒന്നും കാണാറും കേൾക്കാറുമില്ല. പക്ഷേ എന്റെ അച്ഛനേയും എന്റെ ഈ മൗനം വേദനിപ്പിക്കുന്നുണ്ടായിരുന്നു. ഞാൻ കേൾക്കണമെന്നാഗ്രഹിച്ചുകൊണ്ട് സന്ധ്യാസമയത്ത് അച്ഛൻ ഏതോ കവിതയുടെ വരികൾ ഉറക്കെ ചൊല്ലും. ദുരന്തങ്ങളെ സ്വയം വരിക്കുക യല്ലാതെ മനുഷ്യനു മറ്റു മാർഗങ്ങളില്ലായെന്ന് എന്നിൽനിന്നന്യനായി നിന്ന് പറഞ്ഞതാവാം ആ കവിത ചൊല്ലലിലൂടെ. എനിക്കും ഇതൊക്കെ ബോധ്യമുണ്ട്. പക്ഷേ എന്തോ എനിക്ക് എന്റെ മനസിൽനിന്ന് നിവരാൻ കഴിയുന്നില്ല.

ഞാനിങ്ങനെ വീട്ടിൽനിന്നു പുറത്തിറങ്ങാതെ കഴിയുമ്പോൾ ദേവ

ദാസിന്റെ അമ്മയെ കൃഷ്ണമ്മ ബോംബെയിലേയ്ക്ക് കൂട്ടിക്കൊണ്ടു
പോയി. കൃഷ്ണമ്മയും കുടുംബവും ബോംബെയിൽ സ്ഥിരതാമസക്കാ
രാണ്. അത് നല്ലതാണെന്ന് കണ്ണൻ മാസ്റ്റർ പറഞ്ഞു. എനിക്കും എങ്ങോ
ട്ടെങ്കിലും പോകണമെന്ന് തോന്നുകയായിരുന്നു. എന്റെ ഈ ചിന്ത
എന്തിനോ ഒരുദിവസം ഞാൻ കണ്ണൻ മാസ്റ്ററോടു പറഞ്ഞു. അതുകേട്ട്
മാസ്റ്റർ ശാസനാരൂപത്തിൽ കയർത്തു. "മോഹനാ ഒരുനാൾ നീയും മറ്റൊ
രുനാൾ ഈ ഞാനും മരിക്കും. ഒരുനാൾ മരിച്ചു പോകുമെന്ന അറിവുമാ
യിത്തന്നെയാണ് മനുഷ്യൻ ജീവിക്കുന്നത്."

എന്റെ ഈ അവസ്ഥ കണ്ണൻമാസ്റ്റർ തന്നെയാവണം എന്റെ
സ്നേഹിതന്മാരെയൊക്കെ ഇതിനകം അറിയിച്ചത്. അവരും ഇടയ്ക്കിടെ
എന്നെ കാണാൻ വന്നു. ഒരുദിവസം ചന്ദ്രബാബുവിനോട് ഞാൻ
പറഞ്ഞു. "നിങ്ങൾ പറയുന്നതൊക്കെ ശരിയാവാം പക്ഷേ എനിക്കെന്തോ
സംഭവിച്ചിരിക്കുന്നു. ഞാൻ അവൻ തന്നെയായിരുന്നു. അവൻ പോയ
തോടെ ഞാനും പോയി."

അവർക്കൊക്കെ ദിവസങ്ങൾ കഴിയുന്തോറും എന്നെ മടുക്കുകയയാ
യിരുന്നു. കണ്ണൻമാസ്റ്റർ മാത്രം ജീവിതത്തെക്കുറിച്ച് എന്നോട് ചോദ്യ
ങ്ങൾ ചോദിക്കുന്നു. ഉത്തരങ്ങളില്ലാത്ത ചോദ്യങ്ങൾ. നിസ്സഹായതയിലൂടെ
നീന്തിപ്പോകാൻ ഉപദേശിക്കുന്നു. ഒരുപിടി നിസ്സഹായത മാത്രമാണ് മനു
ഷ്യൻ എന്നുരുവിട്ട് ദീർഘനിശ്വാസം പൊഴിക്കുന്നു. അദ്ദേഹത്തിന്റെ
നിർബന്ധം കാരണം ഒരുദിവസം ഞാനും മാസ്റ്ററും കൂടി വിമലയെ
കാണാൻ പോയി. ഞങ്ങൾ ചെന്നത് സന്ധ്യമയങ്ങുമ്പോഴായിരുന്നു.
വിമലതന്നെയാണ് ഞങ്ങളെ ആദ്യം കണ്ടത്. ഞങ്ങളെ കണ്ടിട്ടും അറി
യാത്തതുപോലെ വിമല കുറേനേരം നോക്കിനിന്നു. എന്നിട്ട് പതുക്കെ
അകത്തേക്ക് നടന്നുകളഞ്ഞു.

വിമലയുടെ അമ്മയും കണ്ണൻമാസ്റ്ററുമായി കുറെനേരം സംസാരി
ച്ചു. അപ്പോഴേക്ക് അവളുടെ അച്ഛനും വന്നുകയറി. വിമലയുടെ അച്ഛനും
കണ്ണൻമാസ്റ്ററും പണ്ടത്തെ സ്നേഹിതന്മാരാണ്. എന്നെ വിമലയുടെ
അച്ഛനും അമ്മയും ആദ്യമായി കാണുകയാണ്.

വിമലയുടെ അച്ഛന്റെ സംസാരം ദേവദാസിലേക്കു വന്നു. ഏതെ
ല്ലാമോ തത്വചിന്താശകലങ്ങൾകൊണ്ട് ദേവദാസിന്റെ മരണം പൊതിയു
കയായിരുന്നു അദ്ദേഹം. പിന്നെ സംസാരം ദേവദാസിന്റെ അമ്മ ഓമന
യമ്മയെക്കുറിച്ചായി. വിമലയുടെ അച്ഛൻ വളരെ സൂക്ഷിച്ചാണ് സംസാ
രിക്കുന്നത്. സംസാരത്തിൽ ദേവദാസ് ഒരു നല്ല ചെറുപ്പക്കാരൻ മാത്ര
മായിരുന്നു. വിമലയും ദേവദാസും തമ്മിലുണ്ടായിരുന്ന ബന്ധത്തെക്കു
റിച്ച് അയാൾക്ക് നന്നായറിയാം. മരിച്ചുപോയ ദേവദാസിനെക്കുറിച്ചിനി
ചിന്തിച്ചട്ടെന്താഫലം? വിമലയുടെ അച്ഛൻ എന്തോ ഒളിപ്പിക്കാൻ ശ്രമി

ക്കുന്നു. ഇപ്പോൾ വിമലയുടെ അച്ഛൻ മകളെ വെറുക്കുന്നുണ്ടാവണം. മകളുടെ ഈ അവസ്ഥ പുറത്തറിയുന്നത് നല്ലതല്ല. ഇനി ദേവദാസ് വിമ ലയുടെ ജീവിതത്തിലെ ഒരു കറുത്ത പുള്ളിമാത്രമാണ്. വർഷങ്ങൾ വേണ്ടിവരും അതു മായ്ച്ചുകളയുവാൻ.

ഞങ്ങൾ യാത്ര പറഞ്ഞ് പിരിയുമ്പോൾ വിമല ഞങ്ങളോടൊപ്പം മുറ്റത്തിറങ്ങി. ഒരക്ഷരം ഉരിയാടാതെ അവൾ തുളസിത്തറയോളം വന്നു. തുളസിത്തറയ്ക്കുചുറ്റും ഇരുട്ടായിരുന്നു. മൗനമല്ലാതെ മറ്റൊന്നും കൈമാ റാനില്ലാത്തതുകൊണ്ടാവാം ഞങ്ങളും വേഗം നടന്നു. ഞാൻ കണ്ണൻ മാസ്റ്ററുടെ പിന്നാലെ കാറ്റിന്റെ ഒരലപോലെ നീങ്ങുകയായിരുന്നു. എങ്ങോട്ടെന്നില്ലാതെയാണ് മാസ്റ്റർ നടക്കുന്നത്. നടന്നുനടന്ന് ഞങ്ങളെത്തിച്ചേർന്നത് ഞങ്ങളുടെ സ്വന്തം പാറപ്പുറത്തായിരുന്നു. ഞാനും ദേവദാസും കണ്ണൻമാസ്റ്ററും നിലാവുള്ള രാത്രികളിൽ ചെന്നിരി ക്കാറുള്ള പാറപ്പുറം. ഞാൻ ചുറ്റുംനോക്കി. പരിസരത്തെവിടെനിന്നോ ദേവദാസ് എന്നെ വിളിക്കുന്നതുപോലെ. എങ്ങോട്ടൊക്കെയോ ഞാൻ കാതോർക്കുകയായിരുന്നു. പെട്ടെന്ന് ഞാൻ ദേവദാസിനെ വിളിച്ചു കരഞ്ഞുപോയി. എനിക്കെന്തൊക്കെയോ തോന്നുകയായിരുന്നു. അവൻ കാറ്റിലൂടെ നടന്നുവരുന്നതുപോലെ അവന്റെ ചിരി. പാട്ടുംപാടി തല ഇട ത്തോട്ട് ചരിച്ചുപിടിച്ചുള്ള അവന്റെ വരവ്. ഞാൻ ദേവദാസിനെ വീണ്ടുംവീണ്ടും വിളിച്ചു. വിമലയുടെ വീടുവരെ പോയ കാര്യം പറഞ്ഞു. ഓമനയമ്മയെ കൃഷ്ണമ്മ കൊണ്ടുപോയ കാര്യവും ഉച്ചത്തിൽ വിളിച്ചു പറഞ്ഞു. പക്ഷേ അവനതൊന്നും കേൾക്കുന്നില്ല. അവൻ കാറ്റായി വീശു കയായിരുന്നു.

കണ്ണൻമാസ്റ്റർ അടുത്തുവന്നിരുന്ന് എന്റെ പുറത്തു തടവിക്കൊണ്ടി രുന്നു. ആ പാറപ്പുറത്ത് എന്റെ കണ്ണുനീരു വീഴുമ്പോൾ കണ്ണൻമാസ്റ്റ റുടെ തൊണ്ടയിടറി. "എനിക്കു പാറപ്പുറത്തുനിന്നു താഴോട്ടു ചാടണം. നേരം വെളുക്കുന്നതുവരെ പാറപ്പുറത്തുതന്നെ കിടക്കണം. ഈ പാറപ്പു റത്തൊരു കുടിലുകെട്ടി താമസിക്കണം." എന്തിനീ പാറപ്പുറത്തു വന്നു വെന്ന് ആലോചിക്കുകയായിരുന്നു ഞാൻ. അന്നേരം കണ്ണൻ മാസ്റ്റർ പറ ഞ്ഞു, "മോഹനാ ജീവിച്ചിരുന്നുവെങ്കിൽ ദേവദാസ് വലിയ ഒരാളാകുമാ യിരുന്നു. അവൻ വളരുന്നത് ആദരവോടും ആഹ്ലാദത്തോടും കൂടിയാണ് ഞാൻ നോക്കിക്കണ്ടത്. പക്ഷേ നമ്മൾ ദുഃഖിച്ചിട്ടെന്താ. മനുഷ്യജീവിതം ഇങ്ങനെയൊക്കെയാണ്. നിങ്ങളെനിക്ക് എന്റെ മക്കളെപ്പോലെയാണ്. എന്റെ ഏറ്റവും നല്ല സ്നേഹിതന്മാരുമാണ്."

"നമുക്കുപോകാം. വേറെ എവിടെയെങ്കിലും പോയിരിക്കാം" ഞാൻ പറഞ്ഞു.

"ഈ പാറപ്പുറത്തുവച്ചുതന്നെ നിന്നെ ഒരു കാര്യം ഓർമിപ്പിക്കാനു
ണ്ട്. ദേവദാസ് മരിക്കുന്നതിന്റെ തലേ ദിവസവും ഞങ്ങൾ ഒരുപാടുനേരം
സംസാരിച്ചിരുന്നു. നിന്നേയും വിമലയേയും അവൻ ഒരു കാര്യം ഏൽ
പ്പിച്ചിട്ടുണ്ട്. ദേവദാസ് അക്കാര്യം എന്നോട് പറഞ്ഞിരുന്നു. അവന്റെ അവ
സാനത്തെ ആഗ്രഹം നിറവേറ്റുകതന്നെ വേണം. ദേവദാസിന്റെ ആത്മാവ്
നിങ്ങൾക്ക് കാവലിരിക്കും. ഇന്നല്ല മറ്റൊരിക്കൽ നിന്നോടെനിക്ക് ഒരുപാടു
സംസാരിക്കാനുണ്ട്."

"എനിക്കും അവന്റെ വഴിയേ പോകണം."

"കഴിയില്ല. പോവുകയുമില്ല. കാലം ഇന്നലെകളെ മായ്ചുകൊണ്ടേ
കടന്നുപോവുകയുള്ളൂ."

ഞങ്ങൾ രാത്രി ഏറെയാകുന്നതുവരെ ആ പാറപ്പുറത്തുതന്നെ ഇരു
ന്നു. എന്റെ മനസിന്റെ നില കണ്ണൻമാസ്റ്റർക്ക് മനസിലായി. എനിക്ക്
രാത്രി തീരെ ഉറക്കമില്ല. പകൽ ചിലപ്പോൾ കിടന്ന് ഉറങ്ങിപ്പോകും. തല
യ്ക്കകത്ത് പുകച്ചിലാണ്. ആരോടും ഒന്നും സംസാരിക്കാൻ കഴിയുന്നി
ല്ല. എല്ലാവരോടും വെറുപ്പ്. രാത്രിയിൽ ഉണർന്നുകിടക്കുമ്പോൾ ഞാനാ
ലോചിക്കുന്നത് ആത്മഹത്യയെക്കുറിച്ചാണ്. ഒരുദിവസം ഞാനതിനു തു
നിയുകതന്നെ ചെയ്തു. എന്റെ ശരീരം ഒരൊഴിഞ്ഞ സഞ്ചിപോലെയാ
യിത്തീർന്നിരിക്കുന്നു. ഈ അവസ്ഥയിൽ നിന്നെനിക്ക് രക്ഷയുണ്ടെന്നു
തോന്നുന്നില്ല.

അന്ന് ഞാൻ കണ്ണൻ മാസ്റ്ററുടെ വീട്ടിലാണ് തങ്ങിയത്. ഞാനുറ
ങ്ങാത്തതുകൊണ്ട് കണ്ണൻമാസ്റ്ററും ഉറങ്ങിയില്ല. എന്റെ മനസിന് എന്തോ
കുഴപ്പം സംഭവിച്ചിരിക്കുകയാണെന്ന് കണ്ണൻ മാസ്റ്റർക്ക് മനസിലായിക്കാ
ണും.

പിറ്റേദിവസം കാലത്ത് കണ്ണൻ മാസ്റ്റർ എന്നെ ഡോക്ടർ അഹമ്മ
ദുകുട്ടിയെ കാണിച്ചു. ഞാനും ദേവദാസും സൈക്യാട്രിസ്റ്റ് അഹമ്മദുകു
ട്ടിയെ ഭ്രാന്തനായിട്ടാണ് കരുതിയിരുന്നത്. ഹോചിമിൻ താടിയും ചുണ്ട
ത്തൊരു പൈപ്പും സദാ വിഡ്ഢിച്ചിരിയുമായി നടക്കുന്ന അഹമ്മദുകു
ട്ടിയെ ഞങ്ങൾക്കിഷ്ടമായിരുന്നില്ല. സമ്പന്നനായ അഹമ്മദുകുട്ടി
ഡോക്ടർ ഒരു ഭ്രാന്തനെപ്പോലെയാണ് ജീവിച്ചത്. പക്ഷേ ഭ്രാന്തന്മാരെ
ചികിത്സിക്കാൻ അഹമ്മദുകുട്ടി ഡോക്ടർ മാത്രമേ ഉണ്ടായിരുന്നുള്ളൂ
ഞങ്ങളുടെ നാട്ടിൽ.

അന്ന് ഡോക്ടർ അഹമ്മദുകുട്ടി എന്നോട് ഒരുമണിക്കൂറിലേറെ
സംസാരിച്ചു. അദ്ദേഹത്തിന് എന്നെയും ദേവദാസിനെയുമൊക്കെ നേര
ത്തെതന്നെ അറിയാമായിരുന്നു. അതുകൊണ്ടാവാം എന്നോട് നല്ല അടു
പ്പവും സ്നേഹവും കാണിച്ചത്. ഒരു ഡോക്ടറെപ്പോലെയല്ല അഹമ്മദു
കുട്ടി എന്നോടു പെരുമാറിയത്. മരുന്നെഴുതിത്തന്നിട്ട് പറഞ്ഞു, "ഇതെന്നും

കഴിക്കണമെന്നില്ല. എല്ലാ ദിവസവും വൈകുന്നേരം ഇങ്ങോട്ടു പോന്നാൽമതി. എന്നാലും കഴിച്ചോളൂ."

ഡോക്ടർ അഹമ്മദുകുട്ടിയുടെ മരുന്ന് എന്നെ ഉറക്കുകയായിരുന്നു. പകലും രാത്രിയിലും ഉറക്കം തന്നെ. അച്ഛന്റെ നിർബന്ധംകൊണ്ട് ആ മരുന്ന് ഞാൻ കൃത്യമായി കഴിച്ചു. എനിക്കുറങ്ങണമായിരുന്നു. ഉറങ്ങി യങ്ങില്ലാതായിപ്പോകണമായിരുന്നു. കണ്ണൻമാസ്റ്റർ രണ്ടാമതും എന്നെ ഡോക്ടർ അഹമ്മദുകുട്ടിയുടെ അടുത്തേക്ക് കൊണ്ടുപോയി. മരുന്നൊ ന്നുമാറ്റി. ഡോക്ടർ എന്നെ എന്താണ് ചെയ്യുന്നതെന്ന് എനിക്ക് നന്നായ റിയാമായിരുന്നു. എന്നെ നന്നായുറക്കുകയായിരുന്നു. ഉറങ്ങിയുറങ്ങി എല്ലാം മറക്കുക. എന്നെ ഉറക്കുന്നതിന്റെ സുഖവും പുഞ്ചിരിയും ഡോക്ട റുടെ മുഖത്ത് ഞാൻ കണ്ടു.

ഞാൻ ഡോക്ടർ അഹമ്മദുകുട്ടിയുടെ ചികിത്സയിലാണെന്ന് എന്റെ സ്നേഹിതന്മാരിൽ പലരും അറിഞ്ഞു. ഭ്രാന്തന്മാരെ ചികിത്സിക്കുന്ന ഡോക്ടറാണെന്നെ ചികിത്സിക്കുന്നത്. ഇത് എന്റെ അച്ഛനുമമ്മയ്ക്കു മൊന്നും സഹിക്കാവുന്ന കാര്യമല്ല. കണ്ണൻമാസ്റ്റർ എന്നോടതു പറയു ന്നുമുണ്ടായിരുന്നു. ഇത് ഒരിക്കലും നല്ല മേൽവിലാസമല്ല. ഉറങ്ങിയുറങ്ങി ഒരുദിവസം ഞാൻ നിസ്സഹായനായി മാസ്റ്ററോട് ചോദിച്ചു, "ഞാൻ എന്തു ചെയ്യണം? കോളേജിൽ പോകണം. ഇക്കൊല്ലംതന്നെ പരീക്ഷ എഴുത ണം. ഇടയ്ക്കിടക്ക് ഡോക്ടറെ കാണണം. ഇതൊക്കെയാണ് ഞാൻ ചെയ്യേണ്ടതെന്ന് മാസ്റ്റർ പറഞ്ഞു. ഡോക്ടറും അതുതന്നെയാണ് പറ ഞ്ഞത്. ഇതിനിടയിൽ സംഭവിച്ച മറ്റൊരുകാര്യം അഹമ്മദുകുട്ടി ഡോ ക്ടർ എന്റെ സ്നേഹിതനായിക്കഴിഞ്ഞുവെന്നതാണ്. ഞാൻ ഡോക്ടർ എന്നുവിളിക്കുന്നതുപോലും അദ്ദേഹത്തിനാവശ്യമില്ലാതായി. ഒരുദിവസം ഡോക്ടർ പറഞ്ഞു, "മോഹനാ എന്നെ നീയിനി ഡോക്ടർ എന്നു വിളി ക്കേണ്ട. എന്നെ അഹമ്മദുകുട്ടിയെന്നുമാത്രം വിളിച്ചാൽമതി. നിന്നെക്കാൾ ഏഴെട്ടു വയസ്സ് എനിക്ക് കൂടുതലായിരിക്കും. അതു നീ മറന്നുകള. എന്നെ അഹമ്മദുകുട്ടി എന്നുവിളിക്കുന്ന എന്റെ സ്നേഹിതനായി നിന്നെ ഞാൻ ജീവിതത്തിലേക്ക് ക്ഷണിക്കുന്നു."

ഞാൻ നിത്യവും സന്ധ്യയോടെ അഹമ്മദുകുട്ടി ഡോക്ടറെ കാണാൻ ചെല്ലും. വളരെനേരമിരുന്നു സംസാരിക്കും. വീട്ടിലും ഞാൻ സന്ദർശകനായി. പോകെപ്പോകെ ഈ ഡോക്ടർ ഒരു വിചിത്രമനുഷ്യ നായിട്ടാണ് എനിക്ക് തോന്നിയത്. ഒന്നും ഒളിച്ചുവയ്ക്കുന്നില്ല. ഒന്നിനോടും പ്രത്യേക മമതയുമില്ല.

അങ്ങനെ ഞാൻ വീണ്ടും കോളേജിൽ പോയി. എല്ലാവരും എന്നെ സഹതാപത്തോടുകൂടിയാണ് നോക്കിയത്. ഡിപ്പാർട്ട്മെന്റ് തലവൻ പ്രൊഫസർ നാരായണൻനമ്പ്യാർ എന്നെ വിളിപ്പിച്ചു. ഹാജരിന്റെ കാര്യ

ത്തിൽ യാതൊന്നും ഭയപ്പെടണ്ട. എല്ലാം മറന്ന് പഠിക്കുക. ഇക്കൊല്ലം തന്നെ പരീക്ഷയെഴുതണം.

ഒരു കൊച്ചുകുട്ടിയെപ്പോലെ മറ്റുള്ളവർ പറയുന്നത് ഞാൻ അനുസരിച്ചു. എന്നിട്ടും എന്നിൽ ഞാൻ ഇല്ലാത്തതുപോലെ.

അഹമ്മദുകുട്ടി ഡോക്ടർ എനിക്കിതിനകംതന്നെ അഹമ്മദുകുട്ടി യായി മാറിക്കഴിഞ്ഞിരുന്നു. പഠിക്കുകയല്ലാതെ, മനസിൽ തൽക്കാലം മറ്റൊന്നിനുമിടം കൊടുക്കരുതെന്ന് അയാൾ പറഞ്ഞു. ഡോക്ടറുടെ ഡോസ് കുറഞ്ഞ മരുന്നും അയാളുടെ സ്നേഹത്തിന്റെ ശക്തിയും എന്നോടൊപ്പമുണ്ടായിരുന്നു.

വിമലയെ നിത്യവും കാണാറുണ്ട്. അവൾ മെലിഞ്ഞു പാതിയായി രിക്കുന്നു. ക്ലാസില്ലാത്തപ്പോഴൊക്കെ അവൾ ലൈബ്രറിയിൽത്തന്നെയാ ണ്. ഒരുദിവസം ലൈബ്രറിയിൽ വെച്ച് അവളെന്നോടു പറഞ്ഞു: "എനി ക്കൊന്നിനും വയ്യ." പിന്നെ വിമല കരയുകയായിരുന്നു.

അവളുടെ മുഖം കാണുമ്പോഴൊക്കെ എങ്ങോട്ടെങ്കിലും ഓടിപ്പോ കണമെന്നാണ് എനിക്കു തോന്നുക. വിമല തന്നെ എങ്ങനെയായിരിക്കും കാണുന്നത്. ഞാനവളെ ആശിക്കുന്നുണ്ടെന്ന് ധരിച്ചുവച്ചിട്ടുണ്ടായിരി ക്കുമോ? അവൾക്കെന്നോടിപ്പോൾ തോന്നുന്ന ബന്ധം എങ്ങനെയുള്ള തായിരിക്കും. എന്റെ മനസിൽ വിമല എന്നും ദേവദാസിന്റെ കാമുകി തന്നെയായിരിക്കും. എങ്ങനെയെല്ലാം വിമലയെ മനസിൽനിന്നു മാറ്റി നിർത്തിയാലും അവളെ കാണുമ്പോൾ എനിക്കെവിടേക്കെങ്കിലും ഓടി പ്പോകാൻ തോന്നും. എനിക്ക് പഠിക്കാനും പരീക്ഷയെഴുതാനുമൊന്നും വയ്യെന്ന് അഹമ്മദുകുട്ടിയോട് ഞാൻ ഒരു ദിവസമങ്ങു പറഞ്ഞു. അയാൾ ചിരിക്കുകമാത്രം ചെയ്തു. ആ ചിരിയുടെ മുമ്പിൽനിന്ന് പക്ഷേ, എനി ക്കോടിപ്പോകാൻ കഴിയുകയുമില്ല.

ദേവദാസിന്റെ അന്ത്യാഭിലാഷത്തെക്കുറിച്ചും വിമലയുടെ ദയനീയാ വസ്ഥയെക്കുറിച്ചുമൊക്കെ അഹമ്മദുകുട്ടിയോടു സംസാരിച്ചു. അഹമ്മ ദുകുട്ടി അതിനൊന്നും യാതൊരു പ്രാധാന്യവും കൽപ്പിക്കുന്നതായി എനിക്ക് തോന്നിയില്ല. എന്നാലും അയാൾക്ക് അവളെയൊന്നു കാണ ണം. പക്ഷേ വിമല വരില്ല. അഹമ്മദുകുട്ടിക്കുമതറിയാം.

എന്റെയും എന്റെ മനസിന്റെയും പ്രശ്നങ്ങളുടെ മുമ്പിലിരുന്നു കൊണ്ട് ഒരു വൈകുന്നേരം അഹമ്മദുകുട്ടി പറഞ്ഞു: "എങ്ങനെയാണോ ജീവിതം കടന്നുവരുന്നത് അതേ രൂപത്തിൽ അതിനെ സ്വീകരിക്കുക. ദേവദാസിന് ജീവിതത്തെക്കുറിക്കുന്ന പല സത്യങ്ങളുമറിയാമായിരുന്നു. അയാൾക്ക് മനുഷ്യമനസ്സ് എന്താണെന്ന് നന്നായറിയാമായിരുന്നു. മോഹ നന്റെ സ്നേഹം വിമലയുടെ മനസ്സ് ആവശ്യപ്പെടുന്നുണ്ടെങ്കിൽ അതു നൽകാൻ മടിക്കരുത്. ഇങ്ങനെയൊക്കെയാണ് ജീവിതം എന്നു വിചാരി

ക്കുക. സ്നേഹവും ത്യാഗവുമൊക്കെ മനുഷ്യമനസിന്റെ സൃഷ്ടിയാണ്.

സൈക്യാട്രിസ്റ്റ് അഹമ്മദുകുട്ടി എന്റെ മനസിനെ ഇരുട്ടിൽനിന്നു രക്ഷിക്കാൻ നിത്യവും ചൂട്ടുവീശിത്തരുകയായിരുന്നു. അയാൾ എന്റെ മനസിന്റെ സ്നേഹസമ്പന്നനും വിശ്വസ്തനുമായ അയൽക്കാരനായിത്തീരുകയായിരുന്നു. എവിടെയൊക്കെയോ ഞാൻ മാറുന്നതുപോലെ എനിക്കുതന്നെ തോന്നി. അല്ല അഹമ്മദുകുട്ടി എന്നെ മാറ്റിയെടുക്കുകയായിരുന്നു. അഹമ്മദ്കുട്ടി അയാളുടെ വീടുമായും സ്നേഹിതന്മാരുമായുമൊക്കെ എന്നെ ബന്ധപ്പെടുത്തി. ഞാൻ അഹമ്മദ്കുട്ടിയുടെ സ്വന്തമായിത്തീരുന്നതുകണ്ട് കണ്ണൻമാസ്റ്റർ സന്തോഷിച്ചു.

നാല്

ഞാൻ രാത്രി വളരെനേരമിരുന്നു വായിക്കുന്നു. എങ്ങനെയെങ്കിലും പരീക്ഷയ്ക്കിരുന്ന് ഇതൊന്നൊഴിവാക്കണം. ഇരുന്നിരുന്ന് രാത്രി ഒരുമണിയൊക്കെ കഴിയുകയാണെങ്കിൽ അമ്മ വന്ന് എന്റെ മുമ്പിൽ നിൽക്കും. അച്ഛനും ഉറങ്ങുകയില്ല. കൊതുകിനോട് സംസാരിക്കും. മൂത്രമൊഴിക്കാൻ ഇടയ്ക്കിടെ പുറത്തിറങ്ങും.

അച്ഛനും അമ്മയ്ക്കും എന്റെ മനസിന്റെ അവസ്ഥയിൽ പൂർണ വിശ്വാസമുണ്ടായിരുന്നില്ല. എന്റെ ഓരോ ചലനവും അവർ പേടിയോടെ കണ്ടു.

കണ്ണൻമാസ്റ്ററും ഞാനും നിത്യവും വൈകുന്നേരം കാണും. രാഷ്ട്രീയമാണ് ഞങ്ങൾ കാണുമ്പോൾ സംസാരിക്കുക. ഒരുപക്ഷേ ബോധപൂർവമായിരുന്നിരിക്കണം ദേവദാസിനെക്കുറിച്ചോ ഓമനയമ്മയെക്കുറിച്ചോ ഞങ്ങൾ ഒന്നും സംസാരിച്ചതേയില്ല. അഹമ്മദ്കുട്ടിയോടാണ് ദേവദാസിനെക്കുറിച്ച് സംസാരിക്കുക. ദേവദാസിനെക്കുറിച്ച് പറഞ്ഞ് ഞാൻ കരയുന്ന ദിവസം അഹമ്മദ്കുട്ടി എനിക്ക് ഉറങ്ങാൻ ഗുളിക തരും.

സ്റ്റഡി ലീവിന്റെ കാലത്ത് ഒന്നുരണ്ടു തവണ ഞാൻ വിമലയെ കണ്ടു. അവളുടെ മനസിന്റെ അവസ്ഥ അവളുടെ വസ്ത്രധാരണത്തിൽത്തന്നെ കാണാമായിരുന്നു. കോളേജിലെ കൂട്ടുകാരൊക്കെ ദേവദാസിനെ മറന്നു തുടങ്ങി. പക്ഷേ ദേവദാസും വിമലയുമായുള്ള പ്രേമത്തിന്റെ കഥയ്ക്ക് പുതിയ ജീവൻ വച്ച് പ്രചരിക്കുന്നുണ്ടായിരുന്നു.

പരീക്ഷക്കാലത്ത് എല്ലാ ദിവസവും ഞാൻ വിമലയെ കാണും. വിമലയെ കാണുമ്പോഴെല്ലാം ഇവൾ എന്റെ സഹോദരിയാണെന്ന് എന്റെ മനസിനെ വിശ്വസിപ്പിക്കാൻ ശ്രമിച്ചു. ജീവിതം മുഴുവനും എനിക്കവളെ

അങ്ങനെത്തന്നെ കാണണം. ദേവദാസിന്റെ അന്ത്യാഭിലാഷത്തെക്കുറിച്ച് ഞാൻ ഓർക്കാറേയില്ല. എപ്പോഴെങ്കിലും അവന്റെ വാക്കുകൾ ഓർമയിലെത്തുമ്പോൾ എനിക്ക് പേടിയാവും, ആ പേടി വലുതായി വലു തായി എന്റെ മനസിന്റെ സമനില തെറ്റിക്കും. അന്ന് ഉറക്കഗുളികയെ ശരണംപ്രാപിക്കും.

പരീക്ഷ അവസാനിച്ച ദിവസം വിമലയെ ഞാൻ കാന്റീനിൽ കൂട്ടി ക്കൊണ്ടുപോയി ചായ വാങ്ങിക്കൊടുത്തു. ഞങ്ങൾക്ക് പരസ്പരം ഒന്നും സംസാരിക്കാനില്ലത്തതുപോലെ. ഒരു വൃദ്ധയെപ്പോലെയാണ് അവൾ ചായ ഊതിക്കുടിച്ചുകൊണ്ടിരുന്നത്. പഴയതുപോലെ വിമല ഒന്ന് ചിരി ച്ചിരുന്നെങ്കിൽ എന്ന് ഞാൻ അപ്പോൾ ആഗ്രഹിച്ചുപോയി. കഴിയില്ല, വിമ ലയ്ക്കിനി അങ്ങനെ ചിരിക്കാൻ കഴിയില്ല. ആ ചിരി ദേവദാസ് കൂടെ കൊണ്ടുപോയി.

ഞാനൊരു ജിലേബി വാങ്ങി. ജിലേബി ഞാൻ വെറുക്കുന്ന ഒരു പലഹാരമാണെന്ന് വിമലയ്ക്കറിയാം. ജിലേബി പാതിയാക്കുമ്പോൾ അവ ളെന്റെ മുഖത്തുതന്നെ നോക്കുന്നുണ്ടായിരുന്നു. പാതി ജിലേബി അവൾക്ക് കൊടുത്തു. പാതി ഞാനും തിന്നു. നീ ജിലേബി തിന്നാറില്ലല്ലോ മോഹനാ എന്ന് അവളെന്നോടു ചോദിച്ചുമില്ല.

അധികസമയം ഞങ്ങളിങ്ങനെ കാന്റീനിൽത്തന്നെ ഇരിക്കുന്നത് കാന്റീൻ മാനേജർ ശ്രദ്ധിക്കുന്നുമുണ്ടായിരുന്നു. പക്ഷേ, സൂര്യനസ്തമി ക്കുന്നതുവരെ ഞങ്ങൾ അവിടെത്തന്നെ ഇരുന്നു. വിമല പോയപ്പോഴാണ് ഞാനോർത്തത്. ഇത്രനേരം ഒരുമിച്ചിരുന്നിട്ട് ഞങ്ങളെന്താണ് സംസാരി ച്ചത്. ഞങ്ങൾക്ക് സംസാരിക്കാൻ ഒന്നുമുണ്ടായിരുന്നില്ലല്ലോ. അല്ലെങ്കിൽ ഞങ്ങൾക്ക് സംസാരിക്കാനറിഞ്ഞുകുടാതായോ? മൂകത പങ്കുവെക്കാൻ മാത്രമാവാം ഞങ്ങളുടെ മനസ്സ് ആഗ്രഹിച്ചത്.

അന്നുരാത്രി മുഴുവൻ വിമലയായിരുന്നു എന്റെ മനസിൽ. തനിക്ക് പുറത്തൊരു ലോകമുള്ളതുപോലും വിമല ഇപ്പോൾ അറിയുന്നില്ല. അവൾ അവളിലേക്കുതന്നെ ചുരുങ്ങിക്കുടിയിരിക്കുന്നു. ഇതുതന്നെയല്ലേ എന്റെ അവസ്ഥയും. പക്ഷേ ഞാൻ അഭിനയിച്ചുതുടങ്ങിയിരിക്കുന്നു. ജീവിതം ഒരഭിനയം കൂടിയാണെന്ന് ഞാനറിയാതെ ഞാൻ പഠിച്ചതു പോലെ. ഇതിനായിരിക്കാം അഹമ്മദ്കുട്ടി എനിക്ക് മരുന്നു തന്നത്. ദേവ ദാസിനോടുപോലും എനിക്ക് ഇനി അഭിനയിക്കാതെ നിവൃത്തിയില്ല. ഇങ്ങനെ അഭിനയിക്കാൻ കഴിയില്ലെങ്കിൽ എന്നെപ്പോലൊരു മനുഷ്യൻ എന്താണ് ചെയ്യുക? അഹമ്മദ്കുട്ടിയുടെ സഹായത്തോടെ ഉറങ്ങിക്കൊ ണ്ടിരിക്കാം. ചത്തുകളയാം. ഭ്രാന്തുപിടിച്ച് അലയാം. ഈ ഭ്രാന്താലയ ത്തിന്റെ മതിലിനകത്തുകിടന്ന് അലറാം. ഈ അഭിനയമടക്കം എല്ലാം ഒന്നുതന്നെ. അവസാനം അന്നും അഹമ്മദ്കുട്ടിയുടെ ഗുളിക കഴിച്ചു. അഹമ്മദ്കുട്ടി എന്നോട് പറയുമായിരുന്നു, "നിങ്ങൾ ചിന്തിക്കുന്നതോ ആഗ്രഹിക്കുന്നതോ സ്വപ്നം കാണുന്നതോ അല്ല ജീവിതം. ജീവിതം

ജീവിതം തന്നെയാണ്. അത് നിങ്ങളിലൂടെയും കടന്നുപോകുന്നെന്നുമാ
ത്രമേയുള്ളൂ."

കണ്ണൻമാസ്റ്റർ രാഷ്ട്രീയത്തിൽ താൽപ്പര്യമെടുക്കാൻ എന്നെ പ്രേരി
പ്പിച്ചുകൊണ്ടിരുന്നു. അത് എനിക്കാവില്ലെന്ന് പറഞ്ഞ് മാസ്റ്ററോട് ഞാൻ
നീരസം ഭാവിച്ചു. എന്റെ ഈ ഏകാന്തവാസം അവസാനിപ്പിക്കാനാവാം
കണ്ണൻമാസ്റ്റർ ശ്രമിച്ചുകൊണ്ടിരുന്നത്. കണ്ണൻമാസ്റ്റർക്ക് എന്നെ എങ്ങ
നെയെങ്കിലും ഒന്നുമാറ്റിയെടുക്കണം. എനിക്കും എന്റെ മനസിൽനി
ന്നൊന്ന് നിവരണമെന്നാഗ്രഹമുണ്ട്. കഴിയുന്നില്ല. കണ്ണൻമാസ്റ്റർ എന്നെ
അഹമ്മദ്കുട്ടിയെ ഏൽപ്പിച്ചതാണ്. അഹമ്മദ്കുട്ടി എന്നെ സ്വീകരിച്ച്
സ്വന്തമാക്കിയിരിക്കുന്നു. ഏതായാലും എന്നെ എനിക്ക് വിശ്വാസമില്ലാ
തായി എന്റെ മനസിലും ഞാൻ അഹമ്മദ്കുട്ടിയുടെ മോഹനനായിരുന്നു.

അഹമ്മദ്കുട്ടിയുടെ ശ്രമംകൊണ്ട് എനിക്ക് ഒരു ട്യൂട്ടോറിയൽ
കോളേജിൽ ജോലികിട്ടി. അഹമ്മദ്കുട്ടി ഒരു വഴികാണിക്കുന്നു: ഞാൻ
ആ വഴിയിലൂടെ നടക്കുന്നു. എന്റെ ജീവിതം അഹമ്മദ്കുട്ടിയുടെ മന
സിലൂടെത്തന്നെ നീങ്ങട്ടെ എന്ന് ഞാനും ആഗ്രഹിച്ചു. ട്യൂട്ടോറിയൽ
കോളേജിന്റെ പ്രിൻസിപ്പൽ അഹമ്മദ്കുട്ടിയുടെ സ്നേഹിതനായിരുന്നു.
രണ്ടാഴ്ചകൊണ്ടുതന്നെ ഞാനൊരു നല്ല അധ്യാപകനാണെന്ന് പ്രിൻസി
പ്പലിന് ബോധ്യമായി. ഞാൻ മൂസമുതലാളിയെന്ന പ്രിൻസിപ്പലിന്റെ
നല്ലൊരു കൂലിപ്പണിക്കാരനായി മാറുകയായിരുന്നു. അഹമ്മദ്കുട്ടിയേയും
കണ്ണൻമാസ്റ്ററേയും കാണുന്നതൊഴിച്ചാൽ ബാക്കിസമയം മുഴുവനും
ഞാൻ ആ ട്യൂട്ടോറിയൽ കോളേജിനകത്തുതന്നെയായി. വിമലയെക്കു
റിച്ച് യാതൊരു വിവരവും ഞാൻ അറിയുന്നുണ്ടായിരുന്നില്ല. സ്വന്തം മന
സിനകത്ത് കോടിക്കിടന്നുറങ്ങുന്ന വിമല. എനിക്കവളോട് ഒന്നും പറ
യാനുമില്ല.

ഒരുദിവസം ഉച്ചകഴിഞ്ഞനേരത്ത് വിമലയുടെ അച്ഛൻ എന്നെ
കാണാൻവന്നു. പരവശനും ക്ഷീണിതനുമായ ആ വൃദ്ധന്റെ മുഖം എന്നെ
വല്ലാതെ വേദനിപ്പിച്ചു. തൊണ്ടയിടറിക്കൊണ്ട് മകളെക്കുറിച്ച് സംസാ
രിച്ചു തുടങ്ങിയപ്പോൾത്തന്നെ ഊഹിച്ചു വിമലയുടെ നില. അദ്ദേഹത്തിന്
സംസാരിക്കാൻ കഴിയുന്നുമുണ്ടായിരുന്നില്ല. വിമല സദാസമയവും മുറി
യിൽ വാതിലുമടച്ച് ഇരിക്കുന്നു. അവൾ ആരോടും സംസാരിക്കാറില്ല.
ചിലപ്പോൾമാത്രം എന്തെങ്കിലും വായിക്കുന്നതു കാണാം. വീട്ടിന് പുറ
ത്തിറങ്ങാറില്ല. ഭക്ഷണമൊന്നും കഴിക്കാറില്ലെന്നുതന്നെ പറയാം. അമ്മ
ചെന്ന് കരയുമ്പോൾ മാത്രം എഴുന്നേറ്റു വരുന്നു. താൻ എന്തു ചെയ്യണം
എന്നാണ് വിമലയുടെ അച്ഛൻ ചോദിക്കുന്നത്. മനസിൽ ആ വൃദ്ധൻ
കരയുന്നത് ഞാൻ കാണുണ്ടായിരുന്നു. ഞാൻ എന്താണ് ചെയ്യുക?
എന്നെപ്പോലെ ഇങ്ങനെ അഭിനയിക്കണമെന്നപേക്ഷിക്കാം.

ഞാൻ വന്ന് വിമലയോട് സംസാരിക്കാമെന്ന് പറഞ്ഞു. അന്നേരം

ആ വൃദ്ധന്റെ മുഖത്ത് ഒരാശ്വാസം. അദ്ദേഹം അതാഗ്രഹിച്ചിരുന്നുവെന്നു തോന്നുന്നു.

അഹമ്മദ്കുട്ടി ചിരിച്ചു. ഞാൻ അവളോട് എന്താണ് പറയുക അഹമ്മദ്കുട്ടി, എന്നു ഞാൻ വീണ്ടും ചോദിച്ചു. അപ്പോഴും അഹമ്മദ്കുട്ടി ചിരിച്ചു. ഒന്നും ചെയ്യേണ്ട, കാലം തീരുമാനിച്ചുകൊള്ളുമെന്നാണ് അഹമ്മദ്കുട്ടി പറഞ്ഞത്. എന്നിട്ട് അഹമ്മദ്കുട്ടി എന്നെ വിമലയുടെ വീട്ടിലേക്കയച്ചു.

തുളസിത്തറയുടെ സമീപം കാൽമുട്ടിൻമേൽ മുഖവും താഴ്ത്തി ഇരിക്കുകയായിരുന്നു അവൾ. ഈ തുളസിത്തറയ്ക്കരികെ അർദ്ധരാത്രിയിൽ ദേവദാസ് വരാറുണ്ടായിരുന്ന കാര്യം ഞാനോർത്തുപോയി. ഒരുദിവസം വിമലയ്ക്ക് ഒമ്പതു ചുംബനങ്ങൾ നൽകിയാണവൻ പിരിഞ്ഞത്. അവസാനത്തെ ചുംബനം അവളുടെ വയറ്റത്തായിരുന്നു.

എന്നെക്കണ്ട് അവൾ ഞെട്ടിപ്പിടഞ്ഞെഴുന്നേറ്റു. അവളോട് ഇരിക്കാൻ പറഞ്ഞിട്ട് ഞാനും ആ തുളസിത്തറയിൽ ഇരുന്നു. വിമലയുടെ അച്ഛനും അമ്മയും എന്നെ കണ്ടു. അവർ വന്ന് കുറേനേരം ലോഹ്യം പറഞ്ഞ് തിരിച്ചുപോയി. വീണ്ടും എന്റെ മനസിൽ ആ രാത്രി കടന്നുവരുന്നു. ദേവദാസ് വിമലയ്ക്ക് ഒമ്പതു ചുംബനങ്ങൾ നൽകിയ രാത്രി. ഞാൻ ചിരിച്ചു പോയി. വിമല തല ഉയർത്തി എന്നെ നോക്കി, വീണ്ടും ആ തല താഴ്ത്തിപ്പിടിച്ചു.

ഈ മൗനം ഇങ്ങനെ നീളുന്നതിലെന്താണർഥം ഞാനാണ് വിമലയോട് എന്തെങ്കിലും സംസാരിക്കേണ്ടത്. ഞാൻ വിമലയെത്തന്നെ സൂക്ഷിച്ചുനോക്കി. ദേവദാസിനെ ഹരംപിടിപ്പിച്ച അവളുടെ നീണ്ട തല മുടി വാരിക്കെട്ടി ഒതുക്കിയിരിക്കുകയാണ്. ഒമ്പതാമത്തെ ചുംബനം ഏറ്റു വാങ്ങിയ വയറെവിടെ? ഞാൻ നിന്നോടിപ്പോൾ എന്താണ് സംസാരിച്ചു തുടങ്ങേണ്ടതെന്ന് മനസ്സ് ചോദിക്കുകയായിരുന്നു. മനസ്സ് ഞാനറിയാതെ തെന്നിപ്പോകുന്നു. എന്തിനെയെല്ലാമോ മറികടന്നുകൊണ്ട് തുളസിത്തറയുടെ മുമ്പിൽ മനസ്സ് ഒരു തീരുമാനമെടുക്കുന്നതായി എനിക്കനുഭവപ്പെട്ടു. നീ മറിച്ചാലോചിക്കുന്നില്ലെങ്കിൽ, എന്നെ മനസിലാക്കാൻ കഴിയുമെങ്കിൽ ദേവദാസിന്റെ അന്ത്യാഭിലാഷം സാധിപ്പിക്കാൻ ഞാൻ ഒരുക്കമാണ്. അവിടെ എന്റെ മുമ്പിൽ മറ്റൊന്നും പ്രശ്നമല്ല. ദേവദാസ് ആഗ്രഹിച്ചതുപോലെ നമുക്ക് ജീവിച്ചുനോക്കാം. എന്റെ മനസ്സ് എങ്ങോട്ടാണ് പോകുന്നത്. ഇല്ല ഞാൻ ഇത് വിമലയോട് പറയുകയില്ല. ദേവദാസ് ആഗ്രഹിച്ചമാതിരി എനിക്കിവളെ സ്നേഹിക്കാൻ കഴിയില്ല. വിമലയെ എനിക്കൊരു സഹോദരിയായി കാണണം.

വിമല മനസൊന്നു മാറ്റിയെടുക്കണമെന്ന് ഞാൻ പറഞ്ഞു. എനിക്കറിയാം ആർക്കും പറയാൻ കഴിയുന്നതേ എനിക്കും അവളോട് പറയാൻ കഴിയുകയുള്ളൂ എന്ന്. സന്ധ്യയാവുന്നു. വിമലയും ഞാനും തുള

സിത്തരയും ഞങ്ങളുടെ മൗനവും. വിമലയുടെ അച്ഛനും അമ്മയും എന്താണ് വിചാരിക്കുക. നാളെ വൈകുന്നേരം എന്റെ ട്യൂട്ടോറിയൽ കോളേജിൽ വരാമോ എന്ന് പോരുമ്പോൾ ഞാൻ വിമലയോടു ചോദിച്ചു. വിമല വരാമെന്നോ വരില്ലെന്നോ പറഞ്ഞില്ല. അവളോട് അങ്ങനെ ചോദിച്ചത് ശരിയായയോ എന്ന ചിന്ത പിന്നീടാണ് എനിക്കുണ്ടായത്. രാത്രി മുഴുവനും എന്നെ അലട്ടിക്കൊണ്ടിരുന്നത് ഈ ചിന്തയാണ്.

പിറ്റേദിവസം നാലുമണിക്ക് വിമല വന്നു. അവളെ കണ്ട ഉടനെ മനസിനകത്ത് ഞാനൊന്നു പതറിപ്പോയി. പക്ഷേ വിമല ചിരിച്ചു. ഞാൻ അവളെ ടീച്ചേഴ്സ് റൂമിലേക്ക് വിളിച്ചുകൊണ്ടുപോയി. വിമലയുടെ സാരി യിൽ എന്റെ കണ്ണൊന്ന് ഉടക്കിനിന്നു. കടുംചുവപ്പു സാരി. തലേദിവ സത്തെ ക്ഷീണമൊന്നും മുഖത്തില്ല. ദേവദാസിന്റെ പ്രിയപ്പെട്ട മുടി ഞാൻ കണ്ടു. എന്തോ, എന്റെ കണ്ണും മനസും വിമലയുടെ മുഖത്തുനിന്നു മാറു ന്നില്ല. വിമലേ എന്നു വിളിച്ച് എന്തൊക്കെയോ പറയണമെന്നുണ്ട്. പൊന്ന നിയത്തിയായി കരുതി അവളെ ആശ്വസിപ്പിക്കണമെന്നുണ്ട്.

കുറച്ചുനേരം ടീച്ചേഴ്സ് റൂമിലിരുന്ന് സംസാരിച്ചതിനുശേഷം ഞങ്ങൾ പുറത്തിറങ്ങി. എങ്ങോട്ടാണ് പോകുന്നതെന്നൊന്നും അവൾ ചോദിച്ചില്ല. കടൽത്തീരത്തേക്കാണെന്ന് ഊഹിച്ചുകാണും. ഞങ്ങളിങ്ങനെ ബീച്ച് റോഡിലൂടെ സംസാരിച്ചുകൊണ്ട് നടന്നുപോകുന്നത് പരിചയക്കാ രായ പലരും കണ്ടു. അവരെയൊന്നും ഞാൻ കണ്ടതായി ഭാവിച്ചതേയില്ല. നല്ല ആൾക്കൂട്ടമുണ്ടായിരുന്നു അന്ന് കടൽത്തീരത്ത്. ഇരിക്കാനുള്ള സ്ഥലം വിമലയാണ് കണ്ടുപിടിച്ചത്. ബീച്ചുമ്മാന്റെ പള്ളിത്തുക്കിൽ നിര ത്തിയിട്ട തോണികളുടെ മറവിൽ. അത് വിമലയുടെയും ദേവദാസിന്റെയും പണ്ടത്തെ സ്ഥലമാണ്. അവർ ഇവിടെ വന്നിരിക്കുമ്പോഴാണ് ദൂരെ ഞാന വർക്ക് കാവലിരുന്നത്. ഒരുദിവസം ഞാൻ പേടിച്ചുപോയി. കരയിലും കടലിലുമിരുട്ടായി. എന്റെ കൺവട്ടത്തുതന്നെ ഉണ്ടായിരുന്ന വിമലയേയും ദേവദാസിനെയും കാണാനില്ല കടൽത്തീരവും ശൂന്യമായിക്കഴിഞ്ഞു. അവരുടെ പ്രണയത്തിന്റെ സ്വകാര്യതയുടെയും ഭ്രാന്തിന്റെയും നേരെ ഞാൻ കാർക്കിച്ചുതുപ്പി. ഞാൻ അവരെ തിരഞ്ഞുചെന്നപ്പോൾ കണ്ട രംഗം എന്നെ അരിശം പിടിപ്പിച്ചു. അവർ പൊളിഞ്ഞ ഒരു തോണിക്കക ത്തായിരുന്നു.. ഞാനൊന്നും പറഞ്ഞില്ല. കൊച്ചുകുട്ടികളെപ്പോലെ അവ രെന്റെ പിന്നാലെ നടന്നു. എത്രയോ തവണ ദേവദാസ് അന്ന് എന്നോട് ക്ഷമാപണം നടത്തി. വിമല നാലഞ്ചു ദിവസം എന്റെ മുഖത്ത് നോക്കി യതേയില്ല. "അവൾക്ക് നിന്റെ മുഖത്തു നോക്കാൻ നാണമാകുന്നു മോഹനാ" എന്ന് ഒരുദിവസം ദേവദാസ് എന്നോട് പറയുകയുണ്ടായി. അന്ന് വൈകുന്നേരം കാന്റീനിൽവെച്ച് വിമലയോട് ചിരിച്ചപ്പോഴാണ് അവ ളുടെ നാണം മാറിയത്.

"വിമലയുടെ ജീവിതം വിമലയുടെ നിയന്ത്രണത്തിലോ ആഗ്രഹ ത്തിലോ അല്ല എന്നു വിചാരിച്ചു ജീവിക്കുക." ഞാൻ എന്താണ് പറ

ഞ്ഞത്. അതിന്റെ അർഥം ഏതു വിധത്തിലായിരിക്കും വിമല മനസിലാ
ക്കിയിരിക്കുക. ജീവിതത്തെ അതിന്റെ വഴിക്ക് വിടാനാണല്ലോ ഞാൻ
പറഞ്ഞത്. ആ വഴി എങ്ങനെയുള്ളതായിരിക്കും?

കടൽത്തീരത്തുനിന്ന് ആളുകൾ ഒഴിഞ്ഞുതുടങ്ങി. ഞങ്ങളെയാരും
കാണുന്നില്ല. അൽപ്പംകൂടി ഇരുട്ടാവട്ടെ, എന്നിട്ടു പോകാമെന്നായി എന്റെ
മനസ്സ്. അന്നേരം ഞാനൊന്ന് ആ പൊളിഞ്ഞ തോണിക്കകത്തേക്കുനോ
ക്കി. വിമലയും ദേവദാസും പതുക്കെ എഴുന്നേറ്റു വരുന്ന ചിത്രം തെളി
യുന്നു.

അഞ്ച്

ഞായറാഴ്ചയായിരുന്നു. വൈകുന്നേരം ആറുമണിയോടുകൂടി ഞാൻ അഹമ്മദ്കുട്ടിയെ കാണാൻചെന്നു. അഹമ്മദ്കുട്ടി നാലുമണിമു തൽ എന്നെ കണ്ടുകിട്ടാതെ നിരാശനായിരിക്കുമ്പോഴാണ് ഞാൻ കയ റിച്ചെല്ലുന്നത്. എന്നെ കൈയിൽകിട്ടിയ ഉടനെ ഭാര്യയോട് പറഞ്ഞു, "ശരി സുബൈദേ, ഞാനും മോഹനനും പോകുന്നു. നാളെ ഉച്ചയാവും ഞങ്ങൾ തിരിച്ചെത്താൻ. ഹോസ്പിറ്റലിൽനിന്നാരെങ്കിലും അന്വേഷിക്കുകയാണെ ങ്കിൽ വൈകുന്നേരം ഞാൻ ഡ്യൂട്ടിക്ക് വരുമെന്നു പറയുക. മോഹനൻ എന്റെകൂടെ വരുന്നകാര്യം അവന്റെ വീട്ടിലുമൊന്നറിയിക്കണം."

ജീപ്പെടുത്തപ്പോൾ എനിക്ക് മനസിലായി എസ്റ്റേറ്റിലേക്കാണെന്ന്. ജീപ്പ് വീട്ടിന് വെളിയിലിറങ്ങിയപ്പോൾ എസ്റ്റേറ്റിൽ വല്ല പ്രശ്നവുമുണ്ടോ യെന്നു ഞാൻ തിരക്കി.

"കാപ്പിച്ചെടികൾക്കെന്തു പ്രശ്നമുണ്ടാകാനാണ്? പ്രശ്നം മനുഷ്യ രായ നമ്മൾക്കല്ലാതെ. ഇന്നു രാവിലെമുതൽ എല്ലാറ്റിനോടും ഒരു മടുപ്പ്. വൈകുന്നേരം വന്ന രോഗികളോടെല്ലാം വെറുപ്പോടെയാണ് പെരുമാറി യത്. സുബൈദയും വല്ലാതെ മാറിപ്പോയിരിക്കുന്നു. സുബൈദ എന്നെ കുറേശ്ശെ അടിമയാക്കിക്കൊണ്ടിരിക്കുകയാണ്. പക്ഷേ അവൾ പാവമാണ്."

അഹമ്മദ്കുട്ടി സംസാരിച്ചുകൊണ്ടേയിരുന്നു. എനിക്ക് പങ്കെടുക്കാൻ കഴിയുന്ന സംസാരമായിരുന്നില്ല അത്. കേൾക്കാനുള്ളതു മാത്രമായിരു ന്നു. സുബൈദയടക്കം ആരെയെല്ലാമോ അഹമ്മദ്കുട്ടി ചീത്തവിളിക്കു ന്നു. സുബൈദയെ കഴുകൻ എന്ന് വിളിച്ച് അഹമ്മദ്കുട്ടി ചിരിക്കുന്നു.

"ഇന്ന് രാത്രി മറ്റൊരു മനുഷ്യനാകുമെന്നു തീരുമാനിച്ചു. എസ്റ്റേ റ്റിലൊരു ഔട്ട്ഹൗസും വാച്ചുമേനുമൊക്കെ ഉള്ളതറിയാമല്ലോ. വാച്ച്മേൻ

നമ്മളെ കാത്തിരിക്കുന്നുണ്ടാവും."

അഹമ്മദ്കുട്ടി ജീപ്പ് പറപ്പിക്കുകയായിരുന്നു. ഒന്നരമണിക്കൂർ കൊണ്ട് ഞങ്ങൾ മലമ്പാത കയറിത്തുടങ്ങി. വിമലയുമൊത്ത് കടൽത്തീ രത്ത് ചെന്ന് ഇരുന്ന കാര്യം അഹമ്മദ്കുട്ടിയോട് പറഞ്ഞു. സന്തോഷ ത്തോടെ അഹമ്മദ്കുട്ടി എന്നെ അഭിനന്ദിച്ചു. എന്തൊക്കെയാണവളും ഞാനും സംസാരിച്ചതെന്നറിയാൻ അഹമ്മദ്കുട്ടിക്ക് അതീവ താൽപ്പര്യ മുണ്ടായി. ഞാൻ പറഞ്ഞുപറഞ്ഞെവിടെയോ നിർത്തിയപ്പോൾ അഹമ്മ ദ്കുട്ടി പറഞ്ഞു: "ഒരു പ്രണയത്തിലോ അതിന്റെ പരാജയത്തിലോ ഒന്നും അവസാനിക്കുന്നതല്ല ജീവിതം. പ്രത്യേകിച്ചും സ്ത്രീയുടെ ജീവിതം. പ്രണയത്തിന്റെ പ്ലാറ്റോണിക് സങ്കൽപ്പങ്ങളിൽ എനിക്ക് വിശ്വാസമില്ല. സ്ത്രീകളും ഏറക്കുറെ എന്റെ കൂട്ടത്തിലാണ്. സ്ത്രീ എപ്പോഴും തേടു ന്നത് പുരുഷനിൽ ഒരു ശക്തമായ തണലാണ്. സ്ത്രീയുടെ മനസ്സ് അഗാ ധമായ ആഴത്തിലാണ്. ഭൂമിയുടെ ആഴംപോലെ. ആയിരക്കണക്കിന് സ്ത്രീകളുടെ മനസുമായി ഒരു സൈക്യാട്രിസ്റ്റെന്ന നിലയിൽ ഞാൻ ബന്ധപ്പെട്ടിട്ടുണ്ട്. നാലഞ്ച് സ്ത്രീകളെ എന്റെ ഹൃദയം നൽകി സ്നേഹി ച്ചിട്ടുമുണ്ട്. അമ്പതിലേറെ സ്ത്രീകളുമായി ലൈംഗിക ബന്ധത്തിലേർപ്പെ ട്ടിട്ടുണ്ട്. ഓരോ പെണ്ണും ഓരോ വിചിത്രമായ അനുഭവമായിരുന്നു. സൃഷ്ടിയിലെ ഒരു യാഥാർഥ്യമാണത്. പ്രണയം പുരുഷന് ശാപവും സ്ത്രീക്ക് ജീവിതത്തെ നേരിടാനുള്ള അറിവുമാണ്. "ഐ നൊ ദാറ്റ് ഇറ്റ് ഈസ് എ ക്രൂവൽ സ്റ്റെയിറ്റ്മെന്റ്." പിന്നെ അഹമ്മദ്കുട്ടി ഞാൻ കേട്ടി ട്ടുപോലുമില്ലാത്ത സൈക്യാട്രിസ്റ്റുകളുടെയും സെക്സോളജിസ്റ്റുകളു ടെയും തിയറികളും വാദങ്ങളും ഉദ്ധരിക്കുകയായിരുന്നു.

ഓരോ വളവും തിരിവും കഴിയുമ്പോൾ മലമ്പാതയുടെ വീതി കുറ യുന്നു. മലഞ്ചെരിവിലെ തണുപ്പും ഏതെല്ലാമോ ജീവികളുടെ ശബ്ദവും. ഇടയ്ക്കിടെ ചില വാഹനങ്ങൾ മലയിറങ്ങിവരുന്നതല്ലാതെ പാതയും പരി സരവും തികഞ്ഞ വിജനതയിലായിരുന്നു. ഇലക്ട്രിക്ക്പോസ്റ്റിൽക്കിടന്നു മിന്നുന്ന വെളിച്ചം വെളിച്ചത്തിനു വേണ്ടിയുള്ളതായിരുന്നില്ല. മലഞ്ചെരി വിൽ ചിമ്മിനിവിളക്കു കത്തുന്ന കൊച്ചുവീടുകളും പാതവക്കിൽ ഒരു കിലോമീറ്ററും രണ്ടു കിലോമീറ്ററുമൊക്കെ പിന്നിടുമ്പോൾ ഇടത്തരം വീടു കളും കാണാനുണ്ട്. പാതവക്കിലെ ഒരു ഓടുമേഞ്ഞ വീടിനടുത്ത് അഹ മ്മദ്കുട്ടി ജീപ്പ് നിർത്തി. അഞ്ച് മിനിറ്റുനേരം എന്നോട് ആ ജീപ്പിൽത്തന്നെ ഇരിക്കാൻ പറഞ്ഞിട്ട് അഹമ്മദ്കുട്ടി ഇറങ്ങി ആ വീട്ടിലേക്ക് നടന്നു. വീടിന്റെ മുൻഭാഗം പൂർണമായും എനിക്ക് കാണാൻ കഴിയുന്നുണ്ടായി രുന്നില്ല. ശബ്ദവും ചിരിയുമൊക്കെ കേട്ടപ്പോൾ അഹമ്മദ്കുട്ടിക്ക് നല്ല ബന്ധമുള്ള ഒരു വീടാണതെന്ന് മനസിലായി. എന്നെ വീട്ടിലേക്ക് വിളി ക്കാൻ ആരോ അഹമ്മദ്കുട്ടിയെ നിർബന്ധിക്കുന്നുണ്ട്. അഹമ്മദ്കുട്ടി തിരക്കഭിനയിക്കുന്നതും ഞാൻ കേൾക്കുന്നുണ്ടായിരുന്നു.

പത്തുമിനിറ്റിനകംതന്നെ അഹമ്മദ്കുട്ടി വന്നു. അഹമ്മദ്കുട്ടിയുടെ പിറകെ ഒരു സ്ത്രീ കൂടി ജീപ്പിനടുത്തേക്ക് നടന്നുവരുന്നത് ഞാൻ കണ്ടു. ഞാൻ തിരിഞ്ഞിരുന്നു മലഞ്ചെരിവിലേക്കുനോക്കി. കൂടെവന്ന സ്ത്രീക്ക് അഹമ്മദ്കുട്ടി ജീപ്പിന്റെ പിൻവശം തുറന്നു കൊടുത്തു. ജീപ്പിലാകെ ഒരു സുഗന്ധം പരന്നു. എന്നോട് അഹമ്മദ്കുട്ടി ഒന്നും പറയുന്നില്ല. ജീപ്പ് പുറപ്പെട്ട് അൽപ്പദൂരം പിന്നിട്ടപ്പോൾ അഹമ്മദ്കുട്ടി ജീപ്പിനകത്തെ ലൈറ്റിട്ടു. എന്നിട്ട് എന്നോട് തിരിഞ്ഞുനോക്കാൻ പറഞ്ഞു. ഞാൻ അഹമ്മദ്കുട്ടിയെ അനുസരിച്ചു. ഒരു യുവതി, ഞാൻ വീണ്ടും തിരിഞ്ഞു നോക്കി. സുന്ദരിയായ ഒരു പെണ്ണ്. വീണ്ടും തിരിഞ്ഞുനോക്കിയപ്പോൾ അവൾ വാ പൊത്തി ചിരിക്കുന്നു. അവളുടെ കണ്ണുകൾ എന്റെ നേരെ തിളങ്ങുന്നു. പെട്ടെന്ന് ജീപ്പിനകത്തെ ലൈറ്റ് അണഞ്ഞു. ഇരുട്ടിൽ അവളൊന്നു പൊട്ടിച്ചിരിച്ചു. കുറച്ചുദൂരം പോയിട്ട് അഹമ്മദ്കുട്ടി പറഞ്ഞു, "മോഹനാ, നീ ഇവളെപ്പറ്റി ഒന്നും ചോദിക്കുന്നില്ലല്ലോ. ഇരുപത്താറാം മൈലിൽ ഞാൻ വെച്ചുപിടിപ്പിച്ച ഒരു ചന്ദനമരമാണിത്. എന്റെ സ്വന്തം ചന്ദനമരം. ശാന്തമ്മയെന്നാണ് ചന്ദനമരത്തിന്റെ പേര്. നാലുകൊല്ലം ഇവൾ ഗൾഫിലായിരുന്നു. ഹോംസിക്ക്നസ്സ് പിടിപെട്ട് കരഞ്ഞും മൂക്കു ചീറ്റിയും ശാന്തമ്മയിങ് പോന്നു. പിന്നെ പോകാനും സാധിച്ചില്ല. ഇപ്പോൾ ഇവൾക്ക് ഗൾഫ് സിക്ക്നസ്സാണ്. ശാന്തമ്മയെ ഗൾഫിലേക്ക് കൊണ്ടു പോകാൻ ആളുകളൊക്കെയുണ്ട്. പക്ഷേ, ശാന്തമ്മയ്ക്ക് അഹമ്മദ്കു ട്ടിയെ വിട്ടുപിരിയാൻ കഴിയുന്നില്ല. ഇരുപത്താറാം മൈലിലെ ശാന്തമ്മയെ കാണാൻ വേണ്ടിയാണ് ഞാൻ ഈ എസ്റ്റേറ്റിലേക്കു വരുന്നത്. അല്ലാതെ കാപ്പിച്ചെടിയും അഹമ്മദ്കുട്ടിയുമായൊന്നും യാതൊരു ബന്ധവുമില്ല. പണ്ട് ബാപ്പ സിങ്കപ്പുരിൽനിന്ന് ചാക്കിൽ കെട്ടിക്കൊണ്ടുവന്ന വെള്ളിയു റപ്പികകൊണ്ട് വാങ്ങിയതാണ് ഈ എസ്റ്റേറ്റ്. കാപ്പിത്തോട്ടം ഒരിക്കലും കൈവിടുകയില്ലയെന്ന് ബാപ്പ മരിക്കുന്നതിനുമുമ്പ് എന്നെക്കൊണ്ട് സത്യം ചെയ്യിച്ചിരുന്നു. ഈ കാപ്പിത്തോട്ടത്തിൽനിന്നുള്ള വരവിന്റെ അടിസ്ഥാ നത്തിൽ ഞാനൊരു മുതലാളിയാണ്." ജീപ്പോടുന്നതുപോലെത്തന്നെ അഹമ്മദ്കുട്ടിയും എവിടെയും നിർത്താതെ സംസാരിച്ച് സംസാരിച്ചങ്ങ് മേലോട്ടു കയറുകയായിരുന്നു. എനിക്കാണെങ്കിൽ ഒരുതരം മരവിപ്പും. പിന്നിൽ സുഗന്ധവും ദീർഘനിശ്വാസവും. "ഈ മലമ്പ്രദേശവുമായി എന്റെ ബാപ്പയെ ബന്ധപ്പെടുത്തിയത് ശാന്തമ്മയുടെ അച്ഛനായിരുന്നു. അവരിരുവരും പിന്നെ അടുത്ത കൂട്ടുകാരായി മാറി. കുമാരൻ റൈറ്റർ മനുഷ്യപ്പറ്റുള്ളവനാണ് മോനേ എന്ന് ബാപ്പ പറയുമായിരുന്നു. അന്നൊക്കെ ബാപ്പ എസ്റ്റേറ്റിലേക്ക് വന്നാൽ ഒരാഴ്ചയും ഒന്നരയാഴ്ചയും ഇവിടെത്തന്നെ തങ്ങും. കുമാരൻ റൈറ്ററും ബാപ്പയും തമ്മിൽ സ്നേഹം മാത്രമല്ല, എന്തൊക്കെയോ രഹസ്യങ്ങളുമുണ്ടായിരുന്നു." അഹമ്മദ്കുട്ടി തിരിഞ്ഞാന്നു ശാന്തമ്മയെ നോക്കി. "എന്റെ അച്ഛൻ പാവമായിരുന്നേ"

ശാന്തമ്മ പറഞ്ഞു. "എന്റെ ബാപ്പ എന്നേക്കാൾ പാവമായിരുന്നു ശാന്തമ്മേ."

ജീപ്പ് വലിയൊരു ചുരം കയറുകയായിരുന്നു. അഹമ്മദ്കുട്ടി വീണ്ടും ഓർമകളുടെ ഭാണ്ഡമഴിക്കുന്നു. തിരിഞ്ഞുനോക്കി ശാന്തമ്മയോട് സംസാരിക്കുന്നു. സ്നേഹവതിയായ ഭാര്യയുടെ ഓർമകളിൽ തപ്പുക യാണ് അഹമ്മദ്കുട്ടി. ഒരിക്കലും സുബൈദയും അഹമ്മദ്കുട്ടിയും ഇങ്ങനെ സംസാരിക്കുന്നത് കേട്ടിട്ടില്ല. അഹമ്മദ്കുട്ടിക്ക് ഈ ശാന്തമ്മ ജീവനാണല്ലോ, ഞാനോർത്തു. ഈ യാത്ര ശാന്തമ്മയെ ആഹ്ലാദിപ്പി ക്കുന്നുണ്ട്. ജീപ്പ് ചുരം കയറുമ്പോൾ അവൾ മൂളിയ പാട്ട് അഹമ്മദ്കുട്ടി ഏറ്റുപാടി. പിന്നെ ആ പാട്ട് ഉച്ചത്തിലായി. ശാന്തമ്മ മുന്നോട്ടായുന്നു. അവൾ കൊതിയോടെ, ആഹ്ലാദത്തോടെ ജീപ്പിലാകെ സുഗന്ധം പര ത്തുന്നു.

ചുരം കയറി പതിനഞ്ച് മിനിറ്റിനകം ജീപ്പ് അഹമ്മദ്കുട്ടിയുടെ എസ്റ്റേറ്റിലെത്തി. വാച്ചർ ഔട്ട്ഹൗസിനു മുമ്പിലിറങ്ങി നിൽക്കുന്നുണ്ടാ യിരുന്നു. ജീപ്പിൽ നിന്നിറങ്ങി ശാന്തമ്മ വാച്ചറോട് ലോഹ്യം പറഞ്ഞ് നേരെ അകത്ത് കയറി. അഹമ്മദ്കുട്ടി വലിയ രണ്ടു പൊതികൾ ജീപ്പിൽ നിന്നെടുത്ത് വാച്ചറുടെ കൈയിൽ കൊടുത്തു. ആ പൊതിയുടെ നേർക്ക് വാച്ചറൊന്നു ചിരിച്ചു. വാച്ചറുടെ മുഖത്ത് നിറഞ്ഞ സന്തോഷം.

അഹമ്മദ്കുട്ടിയുടെ ഔട്ട്ഹൗസ് എനിക്ക് നന്നായി ഇഷ്ടപ്പെട്ടു. എല്ലാ സൗകര്യങ്ങളുമുണ്ട്. ഒരു വിശാലമായ ബെഡ്റൂം അതിനേക്കാൾ വലിയ വരാന്ത മുറിയും വൃത്തിയുള്ള അടുക്കളയും. ബെഡ്റൂം ബാത്ത് അറ്റാച്ച്ഡ് ആണ്. പുറത്തും കക്കൂസും കുളിമുറിയുമുണ്ട്. ഇതെല്ലാം അഹമ്മദ്കുട്ടിയുടെ ബാപ്പയുടെ കാലത്തേ ഉള്ളതാണ്. ശാന്തമ്മ ധൃതി പ്പെട്ട് എന്തൊക്കെയോ ജോലികൾ ചെയ്യുന്നു. അവൾ സ്വന്തം വീടുപോ ലെയാണ് പെരുമാറുന്നത്. അഹമ്മദ്കുട്ടിയുടെ ഭാര്യ അഹമ്മദ്കുട്ടിയോട് ഇത്ര സ്വതന്ത്രമായി പെരുമാറുന്നത് ഒരിക്കലും ഞാൻ കണ്ടിട്ടില്ല. ഞാനാണ് അതിഥി. അതിഥിയോട് അഹമ്മദ്കുട്ടി പറഞ്ഞു, "ഈ കാപ്പി ത്തോട്ടവും ഔട്ട്ഹൗസുമൊക്കെ ശാന്തമ്മയ്ക്കാണ്. ശാന്തമ്മ എന്റെ തുമാണ്."

വാച്ചറും ശാന്തമ്മയും അച്ഛനും മകളുമാണെന്നു തോന്നും കണ്ടാൽ. ശാന്തമ്മയോട് സാരിമാറാനും വേണമെങ്കിൽ കുളിക്കാനുമൊക്കെ വാച്ചർ സ്നേഹത്തോടുകൂടി പറയുന്നുണ്ട്. ആ സ്നേഹം എന്റെ നേരെയും തിരിയുന്നുണ്ടായിരുന്നു.

ശാന്തമ്മ ബെഡ്റൂമൊക്കെ തൂത്തുവാരുന്നു. കിടക്കവിരികൾ തട്ടിക്കുടയുന്നു. അൽപ്പസമയംകൊണ്ട് അവളൊരു വീട്ടമ്മയായി മാറി ക്കഴിഞ്ഞു. എത്ര പെട്ടെന്നാണ് അവിടെയൊരു ഗൃഹാന്തരീക്ഷമുണ്ടായത്. എന്നോട് ശാന്തമ്മ ഇടയ്ക്കിടെ ലോഹ്യം പറയുന്നു. വീടും നാടും പഠിപ്പും

അന്വേഷിക്കുന്നു. ആദരവർഹിക്കുന്ന ഒരു വീട്ടമ്മയായി മാറാൻ അവൾ ക്കിത്രയും കുറച്ചുസമയമല്ലേ വേണ്ടിവന്നുള്ളൂ. ജീപ്പിലിരിക്കുമ്പോൾ ഞാൻ ശാന്തമ്മയെക്കുറിച്ചാലോചിച്ചത് മറ്റൊരു രീതിയിലാണ്. അവളിൽ നിന്നൊഴുകിയ സുഗന്ധം ഞാൻ ഇഷ്ടപ്പെട്ടിരുന്നില്ല. ശാന്തമ്മ കാരണം അഹമ്മദ്കുട്ടിയോടും അന്നേരം എനിക്ക് വെറുപ്പുതോന്നിയിരുന്നു. ആ വെറുപ്പും അതൃപ്തിയുമെല്ലാം പോയി. എന്തൊരടുപ്പമാണ് ശാന്തമ്മ കാണിക്കുന്നത്. ഞാൻ ശാന്തമ്മയെത്തന്നെ ശ്രദ്ധിക്കുകയായിരുന്നു. അവൾ അടുക്കളയിൽ ചെന്ന് വാച്ചറെ സഹായിക്കുന്നു. ഞങ്ങൾക്ക് ആഷ്ട്രേ കൊണ്ടുതരുന്നു. എന്നെ സ്നേഹാദരങ്ങളോടെ നോക്കുന്നു. അഹമ്മദ്കുട്ടിയെ ആത്മാവിലേക്കെടുക്കുന്നു. അഹമ്മദ്കുട്ടിയുടെ ജീവിതരസം ഈ ശാന്തമ്മ തന്നെ. എപ്പോഴും ചിന്താമഗ്നനായി മാത്രം കണ്ടിരുന്ന മുഖത്ത് പ്രസന്നത നിറഞ്ഞുനിൽക്കുന്നു.

അടുക്കളയിൽനിന്നു പൊട്ടിച്ചിരിയും സംസാരവും. വാച്ചറെ ശാന്തമ്മ അമ്മാവനെന്നാണ് വിളിക്കുന്നത്. അയാളുടെ മനസിലും സന്തോഷം. ശാന്തമ്മ വന്നതുതന്നെയാണതിനു കാരണം. അടുക്കളയിലെ ശബ്ദ ത്തിലേക്ക് കാതോർത്ത് അഹമ്മദ്കുട്ടി വെറുതെ ചിരിക്കുന്നു. "മോഹ നാ," എന്തിനോ അഹമ്മദ്കുട്ടി എന്നെ വിളിക്കുന്നു.

"ഈ ശാന്തമ്മ നമ്മളിലൊരാളാണ്. നമ്മൾ എന്ന് ഞാൻ പറയു ന്നത് ദേവദാസ്, നീ, ഞാൻ, വിമല, ശാന്തമ്മ, വാച്ചർ രാമൻനായർ എന്നി വരെയെല്ലാം മനസിൽ വെച്ചുകൊണ്ടാണ്. മോഹനന് ഞാൻ വാച്ചർ രാമൻനായരെ പരിചയപ്പെടുത്തിയില്ല. നാൽപ്പത്തഞ്ചാമത്തെ വയസിൽ പട്ടാളത്തിൽനിന്നു പിരിഞ്ഞുവന്നതാണ്. രാമൻനായർ പട്ടാളത്തിൽ നിന്നു പിരിഞ്ഞ് ഒരുകൊല്ലം തികയുന്നതിനുമുമ്പ് രണ്ട് മക്കളെയും രാമൻ നായരെയുമുപേക്ഷിച്ച് ഭാര്യ ഒരു ചെറുപ്പക്കാരന്റെ കൂടെ ഓടിപ്പോയി. അപമാനിതനായ രാമൻനായർ രണ്ടുതവണ ആത്മഹത്യാശ്രമം നടത്തി. സാധു മരിച്ചില്ല. പകരം മനോരോഗിയായി തീർന്നു. ഒരുകൊല്ലക്കാലം എന്റെ ചികിത്സയിലായിരുന്നു. രാമൻനായരെ വിടാൻ എനിക്ക് തോന്നിയില്ല. വാച്ചർ എന്ന് പേരിട്ട് ഞാൻ രാമൻനായരെ ഇവിടെ കൊണ്ടുവന്നു താമസിപ്പിച്ചു. ഓരോ ജീവിതവും ഓരോ പ്രമേയം."

ശാന്തമ്മയും വാച്ചറും അടുക്കളയിൽനിന്ന് ഞങ്ങളെ ഒളിച്ചു നോക്കുന്നു. അവർ പരസ്പരവും ഞങ്ങളെ നോക്കിയും ചിരിക്കുന്നു.

അഹമ്മദ്കുട്ടി സ്കോച്ചുബോട്ടിൽ പൊട്ടിച്ചു. ആ ശബ്ദം ശാന്തമ്മ ഭംഗിയായി അടുക്കളയിൽനിന്ന് അനുകരിച്ച് കേൾപ്പിച്ചു. രാമൻനായർക്ക് രസംപിടിക്കുന്നു. നാല് ഗ്ലാസിലൊഴിച്ച് അഹമ്മദ്കുട്ടി നിവർന്നു. ശാന്തമ്മയും കുടിക്കുകയാണല്ലോ എന്നോർത്തപ്പോൾ എനിക്ക് തെ ല്ലൊരു വിഷമം തോന്നി. എനിക്കാകട്ടെ കുടിക്കാൻ താൽപ്പര്യമേയുണ്ടാ യിരുന്നില്ല. പക്ഷേ ഒഴിഞ്ഞുനിൽക്കാൻ അഹമ്മദ്കുട്ടി സമ്മതിക്കുകയില്ല.

മദ്യമല്ല അഹമ്മദ്കുട്ടി ഗ്ലാസിലൊഴിക്കുന്നത്. മനുഷ്യന് മറ്റൊരു മനസാണ്. അഹമ്മദ്കുട്ടി തന്നെ ഒരിക്കല്‍ പറഞ്ഞതാണിത്.

ഒഴിച്ചുവെച്ച വിസ്കിക്കു മുമ്പില്‍ ഞങ്ങള്‍ ശാന്തമ്മയെയും വാച്ചറെയും കാത്തിരിക്കുകയായിരുന്നു. അഹമ്മദ്കുട്ടി അടുക്കളയിലേക്കു നോക്കി നിര്‍ബന്ധവും കല്‍പ്പനയും പുറപ്പെടുവിക്കുന്നു.

അല്‍പ്പസമയത്തിനുള്ളില്‍ ഞങ്ങളുടെ ചെറിയ തീന്‍മേശ നിറഞ്ഞു. ഞങ്ങള്‍ നാലുപേരും ആ മേശയ്ക്ക് ചുറ്റുമായി. ശാന്തമ്മയാണ് എല്ലാവര്‍ക്കും ഭക്ഷണം വിളമ്പുന്നത്. രാമന്‍നായര്‍ക്ക് മദ്യത്തില്‍ മാത്രമേ താല്‍പ്പര്യമുണ്ടായിരുന്നുള്ളൂ. കിഴവന്‍ വേഗം വേഗം ഒഴിച്ചുകുടിച്ച് ഒരു പായയുമെടുത്ത് ഞങ്ങളോടു യാത്രപറഞ്ഞ് പുറത്ത് ഉറങ്ങാന്‍ പോയി. ഞങ്ങള്‍ മൂവരും അപ്പോഴും രണ്ടാമത്തെ പെഗ്ഗിലായിരുന്നു. ശാന്തമ്മ എന്നെ നോക്കുന്നു. നീ ആരാണെന്ന അന്വേഷണം അവളുടെ കണ്ണുകളില്‍ ഞാന്‍ കണ്ടു. അഹമ്മദ്കുട്ടി ശാന്തമ്മയോട് എന്നെക്കുറിച്ച് സംസാരിച്ചുതുടങ്ങി. ദേവദാസിന്റെയും എന്റെയും കഥ, അവന്റെയും വിമലയുടെയും പ്രേമത്തിന്റെ കഥ, അവന്റെ മരണശേഷം ഞാന്‍ കുഴഞ്ഞുപോയ കഥ........ ശാന്തമ്മ ഞങ്ങളുടെ കഥയ്ക്കുമുമ്പില്‍ മരവിപ്പോടെ ഇരിക്കുന്നത് ഞാന്‍ കണ്ടു. ഞങ്ങളില്‍ സ്കോച്ച് വിസ്കി നിസ്സഹായവും മൂകവുമാവുകയായിരുന്നു. ഉറങ്ങിക്കഴിഞ്ഞ രാമന്‍നായര്‍ മറ്റൊരു ലോകത്തുനിന്ന് സംസാരിക്കുകയാണ്. അതിന് അഹമ്മദ്കുട്ടി മറുപടി പറയുന്നുണ്ട്.

വിസ്കി ഞാന്‍ കണക്കിലധികം കുടിച്ചു. വിസ്കി എന്നെ നിസ്സംഗനാക്കി മാറ്റുകയായിരുന്നു. വാതുറക്കുമ്പോള്‍ വാക്കുകള്‍ ഉള്ളില്‍ കത്തിക്കരിഞ്ഞുപോകുന്നു. അഹമ്മദ്കുട്ടി മറ്റൊരു മൂഡിലേക്കു തിരിഞ്ഞു. ജീവിതദുഃഖത്തെ കൈകൊണ്ടു വാരിയെടുത്തു പുറത്തേക്കെറിയുന്നു. ശാന്തമ്മയ്ക്കൊരുമ്മകൊടുത്തു പുഞ്ചിരിക്കുന്നു. ശാന്തമ്മ വാത്സല്യത്തോടെ ആ ഉമ്മ എനിക്ക് തന്നു. എന്നിട്ട് അവള്‍ അഹമ്മദ്കുട്ടിയോട് ചേര്‍ന്നുനിന്ന് അനുകമ്പയോടെ എന്നെ നോക്കുന്നു. അവള്‍ എന്റെ മനസിലേക്കു നോക്കുന്നതുപോലെ തോന്നി. എന്നെ അവള്‍ക്കറിയണമെന്നുണ്ട്.

രണ്ടുപേരും ഒരേപോലെ ആഹാരം കഴിക്കാന്‍ എന്നെ നിര്‍ബന്ധിച്ചു. ഇഷ്ടമില്ലാഞ്ഞിട്ടും അവരുടെ നിര്‍ബന്ധത്തിന് വഴങ്ങി ഞാന്‍ കുറച്ചൊക്കെ വാരിത്തിന്നു.

എല്ലാം കഴിഞ്ഞപ്പോള്‍ എനിക്കെഴുന്നേറ്റുകൂടായിരുന്നു. അഹമ്മദ്കുട്ടി എന്നെ താങ്ങിപ്പിടിച്ച് ബെഡ്റൂമിലേക്ക് കൊണ്ടുപോയതൊക്കെ എനിക്കോര്‍മയുണ്ട്. അഹമ്മദ്കുട്ടിയും ശാന്തമ്മയും എന്നെക്കുറിച്ച് രാത്രി വളരെനേരം സംസാരിച്ചുകാണും.

പുലര്‍ച്ചെ ഞാന്‍ കണ്ണുതുറന്നത് ശാന്തമ്മയുടെ മാറത്തുനിന്നായിരു

ന്നു. എന്റെ തലയ്ക്കകം ഒഴിഞ്ഞതുപോലെ. എവിടെയാണെന്നോ ആരാ
ണെന്നോ ഒന്നും വേർതിരിച്ചെടുക്കാൻ കഴിയുന്നില്ല. പക്ഷികളുടെ ശബ്ദം
കാതിൽ വീഴുന്നു. കണ്ണ് നന്നായി തുറന്നുപിടിച്ചു. ഉലഞ്ഞുറങ്ങുന്ന
ശാന്തമ്മ. മുടിയഴിച്ചിട്ടുറങ്ങുന്ന ശാന്തമ്മ. ഞാൻ പതുക്കെ എഴുന്നേൽ
ക്കാൻ ശ്രമിച്ചു. അപ്പോൾ ശാന്തമ്മ ഞെട്ടിയുണർന്നു. പാതിയുറക്കത്തിൽ
അവളെന്നെ മാറത്തു ചേർത്തുവച്ചുകൊണ്ട് പറഞ്ഞു, "ഉറങ്ങിക്കോളൂ.
നന്നായി നേരം വെളുത്തിട്ട് എഴുന്നേറ്റാൽ മതി. ഡോക്ടറും വാച്ചറും
എസ്റ്റേറ്റിൽ നടക്കാൻ പോയിരിക്കുകയാണ്. വെയിലുദിക്കുമ്പോഴേ അവർ
തിരിച്ചെത്തുകയുള്ളൂ. നാലുമണിക്കുതന്നെ പോയതായിരിക്കും."
ശാന്തമ്മ അവളുടെ അഴിഞ്ഞുകിടക്കുന്ന മുടിയെടുത്ത് എന്നെ പുതപ്പിച്ച്
ചിരിച്ചു. ഞാൻ ശാന്തമ്മയുടെ മാറത്ത് കണ്ണ് തുറന്നുകിടക്കുന്നു. എന്റെ
മുടിയിൽ വിരലോടിച്ചുകൊണ്ട് ശാന്തമ്മ പറഞ്ഞു, "മോഹനാ നീ
വിമലയെ കല്യാണം കഴിക്കണം. ബാക്കിയെല്ലാം മറക്കുക. വിമല നിന്നെ
സ്നേഹിക്കുകതന്നെ ചെയ്യും." ഉറക്കത്തിൽ പറഞ്ഞതുപോലെ.
അവളുറങ്ങിപ്പോയെന്നു ഞാൻ വിചാരിച്ചു. അവളെ കെട്ടിപ്പിടിച്ചൊന്നുകൂടി
ഉറങ്ങാനുള്ള ശ്രമമായിരുന്നു ഞാൻ. ശാന്തമ്മ ഒന്നുമറിയുന്നില്ല.
ഇങ്ങനെയും ഒരുറക്കം. ഞാൻ തല പൊക്കിനോക്കി ശാന്തമ്മയുടെ
കവിളത്തുടെ കണ്ണീരൊഴുകുന്നു. ഞാൻ എഴുന്നേറ്റിരുന്നു. മുഖമൊക്കെ
തുടച്ച് ശാന്തമ്മ ചിരിച്ചു.

"നീ എന്തിനാണ് കരഞ്ഞത്"?

"എനിക്കറിഞ്ഞുകുടാ".

ഞങ്ങൾ അഞ്ചാറുനിമിഷം പരസ്പരം നോക്കിയിരുന്നു. ശാന്തമ്മ
എന്റെ കാതിൽ ചോദിച്ചു. "മോഹനന് എന്നെ ഇഷ്ടമല്ല. അല്ലേ?"

മറുപടിയൊന്നും പറയാതെ ഞാൻ അവളെ വാരിയെടുത്തു. പിന്നെ
ശാന്തമ്മയ്ക്ക് ചിരിയടക്കാൻ കഴിഞ്ഞില്ല.

നേരം നന്നായി വെളുത്തിട്ടും വീണ്ടുമൊരുറക്കത്തിലേക്കു
വഴുതുകയായിരുന്ന എന്നെ തട്ടിവിളിച്ചു ശാന്തമ്മ പറഞ്ഞു, "നമുക്ക്
പുറത്തുചെന്ന് എസ്റ്റേറ്റിലേക്കു, നോക്കി ഇരിക്കാം. പുലർകാലത്ത്
എസ്റ്റേറ്റു കാണാൻ നല്ല ഭംഗിയായിരിക്കും". എന്നിട്ട് ഒരു കള്ളച്ചിരിയോ
ടെ ശാന്തമ്മ ചോദിച്ചു. "എന്നെ ഇഷ്ടമായോ?"

"ഇഷ്ടമായി"

"എന്നെ മറന്നുകളയുമോ?"

"ഇല്ല, ഒരിക്കലും മറക്കുകയില്ല."

എന്റെ വലതുകൈ എടുത്ത് ശാന്തമ്മ അവളുടെ മൂർദ്ധാവിൽവെച്ച്
എന്റെ നെഞ്ചിലേക്കു ചാഞ്ഞു.

"പറയു മോഹനാ എന്നെ ഒരിക്കലും മറക്കുകയില്ലെന്നു പറയു".

ഞാൻ സത്യംചെയ്തു. ഈ ചന്ദനമരത്തെ ഒരിക്കലും മറക്കുകയില്ല.

ആ നിമിഷം ആഹ്ലാദത്തോടെ ശാന്തമ്മ അവളുടെ നാവുകൊണ്ട് എന്റെ നെഞ്ചിലെന്തോ എഴുതി. ഉച്ചയ്ക്കുമുമ്പുതന്നെ ഞങ്ങൾ എസ്റ്റേറ്റിൽനിന്ന് മടങ്ങി. ഇരുപതാം മൈലിലെത്തുന്നതുവരെ ശാന്തമ്മയുടെയും അഹമ്മദ്കുട്ടിയുടെയും സംസാരം എന്നെക്കുറിച്ചായിരുന്നു. ശാന്തമ്മ യ്ക്ക് വിമലയെ ഒന്ന് കാണാനാഗ്രഹമുണ്ട്. ഒരുദിവസം വരാമെന്ന് ഞാൻ വെറുതെ പറഞ്ഞു. അന്നേരം അഹമ്മദ്കുട്ടി ഞങ്ങളെ അർഥം വെച്ചൊന്നു നോക്കി.

"പക്ഷേ വിമല എന്നെ ഇഷ്ടപ്പെടില്ല." ആ പറച്ചിലിൽ ഏതോ വേദന ഒളിഞ്ഞുകിടക്കുന്നു.

"ചന്ദനമരത്തെ ആരാണ് ശാന്തമ്മേ ഇഷ്ടപ്പെടാത്തത്?" അഹമ്മദ്കുട്ടി ചോദിച്ചു.

ശാന്തമ്മ പുറത്ത് നോക്കി ഇരുന്നു. ഇരുപത്താറാം മൈലിൽ ജീപ്പ് നിന്നപ്പോൾ അഹമ്മദ്കുട്ടിയോട് ചോദിച്ചു, "ഇനി എന്നാണിങ്ങോട്ട്?" "അടുത്തയാഴ്ചതന്നെ വരുന്നുണ്ട്." എന്നിട്ട് ശാന്തമ്മ എന്നോടൊന്നു ചിരിക്കാൻ പറഞ്ഞു. എന്റെ ചിരി അവളെയും ചിരിപ്പിച്ചു.

"ഈ മൂകതയൊക്കെ തീരും മോഹനാ നല്ലതു മാത്രമേ സംഭവി ക്കുകയുള്ളൂ."

ശാന്തമ്മ പോയപ്പോൾ ജീപ്പിനകത്തും മനസിലും ഒരുതരം ശൂന്യത. ഞാൻ അഹമ്മദ്കുട്ടിയെ നോക്കി. ഏതോ ചിന്തയിലാണ്. പെട്ടെന്ന് ഉന്മേ ഷമെല്ലാം കെട്ടടങ്ങി. തികഞ്ഞ ഒറ്റപ്പെടലിൽപെട്ട മുഖം. ജീപ്പ് അരമണി ക്കൂറിലധികം ഓടി. ഞാൻ കൂടെ ഉള്ളതുപോലും അഹമ്മദ്കുട്ടി അറിയാ ത്തതുപോലെയുണ്ട്.

ശാന്തമ്മ ഒരു നേരിയ വേദനയായിത്തീരുകയാണ് എന്റെ മനസിൽ. ദേവദാസിന് പരിചയപ്പെടാൻ സാധിച്ചില്ലല്ലോ ഈ ശാന്തമ്മയെ. രാത്രി യിലെ മദ്യപാനത്തിനിടയിൽ ശാന്തമ്മയും പറഞ്ഞിരുന്നു. എനിക്ക് കാണാൻ ഭാഗ്യമുണ്ടായില്ലല്ലോ ദേവദാസിനെ. ഈ ശാന്തമ്മ ഒരു സാധാ രണ സ്ത്രീയൊന്നുമല്ല.

ശാന്തമ്മ സ്നേഹത്തിന്റെയും മനുഷ്യപ്പറ്റിന്റെയും ഒരു നല്ല രൂപ മായി എന്റെ മനസിൽ പതിഞ്ഞുപോയി. അന്ന് പുലർച്ചെ ബാത്റൂമിൽ നിന്ന് ശാന്തമ്മ പറഞ്ഞ വാചകം അവളെ ഓർക്കുമ്പോഴെല്ലാം കാതിൽ മുഴങ്ങിക്കൊണ്ടിരുന്നു. "മോഹനാ ഈ ശരീരമാണ് ഞാൻ എന്ന് നീ തെറ്റിദ്ധരിക്കരുത്. ശരീരത്തെ നീ സ്നേഹിക്കാനും പാടില്ല" വെറുതെ ഇരിക്കുമ്പോഴെല്ലാം ശാന്തമ്മ മനസിലേക്ക് കടന്നുവരുന്നു. വിമലയോട് ശാന്തമ്മയെക്കുറിച്ച് പറയണമെന്ന് ഞാൻ പലപ്പോഴും ആഗ്രഹിച്ചതാണ്.

റിസൽട്ടറിഞ്ഞതിനുശേഷം ആഴ്ചയിൽ രണ്ടുംമൂന്നും തവണ വിമല എന്നെ കാണാൻ വരുന്നു. വൈകുന്നേരമാണ് വരുന്നതെങ്കിൽ ഞങ്ങൾ കടൽത്തീരത്തുപോകും. ഒരുദിവസം എന്റെ വായിലോളം വന്നതാണ് ശാന്തമ്മയുടെ പേര്. നമ്മൾ സ്നേഹിച്ച് ജീവിക്കുന്നത് സ്വപ്നം കാണുന്ന

ഒരു ചന്ദനമരമുണ്ട് ഇരുപത്താറാം മൈലിൽ. അഹമ്മദ്കുട്ടി നട്ടുപിടിപ്പി
ച്ചതാണ് ആ ചന്ദനമരം.

മനസ്സ് ആ മലമ്പാത കയറി ഇരുപത്താറാം മൈലിലെത്താറായ
പ്പോൾ വിമല മറ്റെന്തോ പറഞ്ഞുതുടങ്ങി. ശാന്തമ്മ നാവിൽ നിന്നെങ്ങോ
പറന്നുപോയി.

അന്ന് വിമല സംസാരിച്ചത് ഭാവിയെക്കുറിച്ചാണ്. എം എ ഫസ്റ്റ്
ക്ലാസ്സൊന്നും ഇക്കാലത്ത് വലിയകാര്യമേയല്ല. എം ഫില്ലിന്റെയും
ഡോക്ടറേറ്റിന്റെയുമൊന്നും പിന്നാലെ പോകാനും വയ്യ. എവിടെയെങ്കി
ലും ഒരു ഗുമസ്തപ്പണി മതി.

ഞാനും അവളുടെ മനസിനോട് യോജിക്കുകയായിരുന്നു. തിരിച്ചു
പോരുമ്പോൾ വിമല പറഞ്ഞു,"എല്ലാം മറക്കാനുള്ള ഒരു മരുന്നാണിനി
എനിക്കാവശ്യം."

ആറ്

ഒരു ജേർണലിസ്റ്റാകാനുള്ള എന്റെ പഴയ ആഗ്രഹത്തെക്കുറിച്ച് എപ്പോഴോ ഞാൻ അഹമ്മദ്കുട്ടിയോട് പറഞ്ഞിരുന്നു. അത് അഹമ്മദ്കുട്ടി മറന്നിരുന്നില്ല. ദേവദാസ് കോളേജ് അധ്യാപകൻ, ഞാൻ പത്രപ്രവർത്തകൻ, വിമല അഭിഭാഷക എന്നിങ്ങനെയാണ് ഞങ്ങൾ തീരുമാനിച്ചത്. ദേവദാസാകട്ടെ ഇടയ്ക്കിടെ മാറും. അവന് ട്രെയിനിൽ ടിടിയാറാവണം, ബുക്ക് പബ്ലിഷിങ് കമ്പനി തുടങ്ങണം, ഏതെങ്കിലും വൻകിട കമ്പനിക ളുടെ ഇന്ത്യ മുഴുവൻ സഞ്ചരിക്കാൻ കഴിയുന്ന റപ്രസന്റേറ്റീവാകണം..... വിമലയ്ക്കതൊന്നുമാവണ്ട. അധ്യാപികയാവാൻ തീരെ വയ്യ. നല്ലൊരു ഗുമസ്തപ്പണി വേണം. എൽ ഐ സി യിലോ ബാങ്കിലോ ആയാൽ കൂടുതൽ നന്ന്. പത്രപ്രവർത്തകനാകാനാശിച്ച ഞാൻ പോകപ്പോകെ ദൈവം എടുത്തെറിയുന്നേടത്തു ചെന്നുവീഴാം എന്ന തീരുമാനത്തിലാ ണെത്തിയത്.

അഹമ്മദ്കുട്ടിയുടെ നിരന്തരമായ നിർബന്ധം മൂലമാണ് ഞാൻ എം ജെയ്ക്കു ചേർന്നത്. ആ കോഴ്സിനു ചേരുന്നതിൽ എനിക്കു ണ്ടായിരുന്ന വലിയ താൽപ്പര്യം നാട്ടിൽ നിന്നൽപ്പം വിട്ടുനിൽക്കാമല്ലോ എന്നതായിരുന്നു. അറുപതു മൈലപ്പുറത്തുള്ള നഗരം എന്നെ അങ്ങോട്ടു വിളിച്ചതു തന്നെയാവണം. എനിക്കെന്റെ നാടും വീടും വേണ്ട എന്ന ഒരു തോന്നൽ. വീട്ടുകാരെ സംബന്ധിച്ചിടത്തോളം ഒരിക്കൽ മനസിന്റെ നില അൽപ്പം തെറ്റിപ്പോയവനാണ് ഞാൻ. അഹമ്മദ്കുട്ടിയുടെ ചികി ത്സയിൽ കഴിഞ്ഞ കാര്യം നാട്ടുകാരിൽ പലർക്കുമറിയാം. എന്നെ ചുറ്റിപ്പറ്റി എന്തൊക്കെയോ രഹസ്യങ്ങളുണ്ടെന്ന് പലരും ധരിച്ചുവെച്ചിരിക്കുന്നു. എന്റെ രഹസ്യം പിടിക്കാൻ നടക്കുന്നവരിൽ പ്രധാനി എന്റെ അമ്മാമന്റെ മകൻ ജയരാജനായിരുന്നു. ബാംഗ്ലൂരിൽ ബി എഡിനു പഠിക്കുന്ന അവന്റെ

സഹോദരി എനിക്കായിരുന്നുപോലും. ഇനി അവളെ എനിക്ക് കെട്ടി ത്തരില്ലെന്നു പറഞ്ഞ് നടക്കുകയാണ് ജയരാജൻ. ഞാൻ അഹമ്മദ് കുട്ടിയുടെ കൂട്ടത്തിൽപ്പെട്ട് മദ്യപാനിയും ഡ്രഗ്ഗ് അഡിക്ടുമൊക്കെയായി മാറിപ്പോയി. നഗരത്തിൽ പോകുന്നത് പഠിക്കാനല്ല. കഞ്ചാവും മദ്യ വുമൊക്കെ കഴിച്ച് ഇഷ്ടംപോലെ ജീവിക്കാനാണ്. ദേവദാസ് എന്നേ ക്കാൾ മോശമായിരുന്നു. കഞ്ചാവില്ലാതെ അവന് ഉറക്കം വരില്ല. വിമലയെ രണ്ടാളും വെച്ചു കുടിയതാണ്.

നഗരത്തിൽ എനിക്കൊന്നും ഓർക്കേണ്ടിവന്നില്ല. മനസിന് ഒരുതരം ആശ്വാസമുണ്ടായി. ശനിയാഴ്ച വൈകുന്നേരം ഞാൻ നാട്ടിലെത്തും. ഞായറാഴ്ച അഹമ്മദ്കുട്ടിയുടെ കൂടെയാണ്. വീട് എന്റെ മനസിൽ നിന്ന കന്നുപോയി. അച്ഛൻ എന്നെ എനിക്കുമാത്രമായി വിട്ടുതന്നിരിക്കുന്നു. അമ്മ ജയരാജൻ പറയുന്നത് വിശ്വസിച്ച് വേദന കടിച്ചിറക്കുന്നു. വേണ്ട എനിക്കാരും വേണ്ട. ഈ നാടും വീടും വേണ്ട. ഓരോ നിമിഷവും എന്റെ മനസ്സ് പറഞ്ഞുകൊണ്ടിരുന്നു, ഞാൻ തനിച്ചാണ്.

ശനിയാഴ്ച വൈകുന്നേരം നഗരത്തിൽനിന്നെത്തിയ ഉടനെ ഞാൻ വിമലയെ ചെന്നുകാണും. വിമലയുടെ വീട്ടുകാർക്ക് ഞാനവളെ കാണാൻ ചെല്ലുന്നത് ഇഷ്ടമായിരുന്നു. ഞങ്ങൾ വീട്ടുനടയിലെ ആ തുളസിത്തറ യിലാണ് ഇരിക്കുക. എങ്ങനെയോ ഒരുനാൾ ഞങ്ങളുടെ സംസാരത്തി നിടയിൽ ദേവദാസ് കടന്നുവന്നു. വിമലയുടെ മനസൊന്നു ഞെട്ടുന്നതും ഞാൻ കണ്ടു. പക്ഷേ ഞാൻ അവനെക്കുറിച്ചുള്ള സംസാരം നീട്ടിക്കൊ ണ്ടുപോയി.

സന്ധ്യകഴിഞ്ഞ് ഞാൻ പോകാനെഴുന്നേറ്റപ്പോൾ വിമല പറഞ്ഞു: "ഇരിക്കു മോഹനാ കുറച്ചുനേരം കൂടി ഇരിക്കു". ഒരു തേങ്ങലോടെ അവളുടെ ശബ്ദം ഇടറി.

"എനിക്ക് തനിച്ചിരിക്കാൻ വയ്യ മോഹനാ എന്റെ അടുത്ത് കുറേനേരം കൂടി ഇരിക്കു, മോഹനൻ എന്നോടെന്തെങ്കിലും സംസാരി ക്കു".

നല്ല ഇരുട്ടായിത്തുടങ്ങുന്നതുവരെ ഞങ്ങളങ്ങനെ ഒരക്ഷരം ഉരിയാ ടാതെ വെറുതേ ഇരിക്കുകയായിരുന്നു. ഇരുട്ടിൽ ഞാനങ്ങനെ വിമലയുടെ സമീപത്ത് ഇരിക്കുന്നത് ശരിയല്ല എന്ന് എനിക്കറിയാം. അതു വിമലക്കുമറിയാം. അവളുടെ അമ്മ ഇടയ്ക്കിടെ വീടിന്റെ ഉമ്മറത്തുവന്നു ഞങ്ങളെ എത്തിയെത്തി നോക്കുന്നുണ്ട്. ഇതിനിടയിൽ പുറത്തെവി ടെയോ പോയ അവളുടെ അച്ഛൻ കയറിവന്നു. അദ്ദേഹം ഞങ്ങളുടെ മുമ്പിൽ നിസ്സഹായനാവുന്നത് ഞാൻ കണ്ടു. പക്ഷേ അദ്ദേഹം ചിരിച്ചു. സ്നേഹവും കാണിച്ചു. ഞങ്ങൾക്ക് ചുറ്റും ഒരു ലോകമില്ലാത്തതുപോലെ. ഒരു തുളസിക്കമ്പ് പൊട്ടിച്ച് അതിന്റെ ഇലകൾ മണത്തുകൊണ്ട് ഈശ്വരാ ഞങ്ങൾക്കെന്താണ് സംഭവിക്കുന്നതെന്നാരായുക്കയായിരുന്നു ഞാൻ.

എന്തെങ്കിലും സംസാരിക്കു എന്നാണ് വിമല പറയുന്നത്. അവൾ മനസിലും പുറത്തും അത്രയേറെ ഒറ്റപ്പെട്ടുകഴിഞ്ഞിരിക്കുന്നു. കാര്യമായി

ഒന്നും സംസാരിച്ചില്ലെങ്കിലും ഒമ്പതുമണിവരെ ഞാൻ വിമലയുടെ അടു
ത്തുതന്നെ ഇരുന്നു. ഞാൻ യാത്രചോദിച്ചുപോരുമ്പോഴും അവൾ തുള
സിത്തറയിൽത്തന്നെ ഇരിക്കുകയായിരുന്നു. ഞാൻ തിരിഞ്ഞുനോക്കി
യില്ല. റോഡിലിറങ്ങി കുറെ ദൂരം നടന്ന് ആളൊന്നുമില്ലാത്തൊരിടത്ത്
ഞാൻ നിന്നു. കരഞ്ഞുകൊണ്ട് അവളെന്റെ പിന്നാലെ നടന്നുവരുന്നതു
പോലെ എനിക്കുതോന്നി. ഞങ്ങളുടെ തലയ്ക്കുമുകളിൽ ദേവദാസ്
ആഹ്ലാദത്തോടെ ചിറകടിച്ചു പറക്കുന്നുണ്ടോ എന്നു ഞാൻ നോക്കി.
എനിക്ക് മുമ്പോട്ട് നടക്കാൻ കഴിയുന്നില്ല. വിമല ആ ഇരുട്ടിൽത്തന്നെ
ഇരിക്കുകയായിരിക്കും. അവൾ മുട്ടിൻമേൽ തലയും കുത്തിപ്പിടിച്ച് കര
യുന്നുണ്ടാവണം. എന്റെ കാലുകൾ മുന്നോട്ടും പിന്നോട്ടും നീങ്ങുന്നില്ല.
ദേവദാസിനെ വിളിച്ചു ഞാൻ പൊട്ടിക്കരഞ്ഞുപോയി. ഞാൻ ഉറക്കെ
പറഞ്ഞു: "ദേവദാസ് നീ എല്ലാം കാണുന്നുണ്ടെന്നെനിക്കറിയാം. വിമല
യുടെ ജീവിതത്തിൽ ദേവദാസാകാൻ എനിക്ക് കഴിയില്ലെങ്കിലും മോഹ
നനാകാൻ ഞാൻ തീരുമാനിച്ചിരിക്കുന്നു. നിന്റെ വിമലയെ നിന്റെ ആഗ്രഹ
പ്രകാരം ഞാൻ സ്നേഹിക്കുന്നു. ഇല്ല ദേവദാസ് ഞാനവളെ എന്റെതാ
യിത്തന്നെ സ്നേഹിക്കുന്നു. ഇന്നു ഞാൻ മൂന്നുതവണ തുളസിത്തറ
യിലെ ഇരുട്ടിലിരുന്നവളെ ചുംബിച്ചു. ഇന്നു രാത്രി അവൾ ഉറങ്ങുകയില്ല.
നിന്നെയും എന്നെയും മനസിലിട്ടവൾ കരഞ്ഞുകരഞ്ഞു നേരം വെള
പ്പിക്കും." ഞാൻ കരഞ്ഞുകൊണ്ടിരിക്കുകതന്നെയായിരുന്നു. കാളവ
ണ്ടിയും കാറുകളുമൊക്കെ കടന്നുപോകുന്നു. ഞാൻ അവനോട് ചോദിച്ചു,
"ദേവദാസ് നിന്റെ വിമല എന്നെ സ്നേഹിക്കുമോ? നിന്റെ ഓർമകളിലൂടെ
ഞങ്ങളടുത്താൽ ഞങ്ങൾക്കൊരു ജീവിതമുണ്ടാകുമോ. എന്നും നീ
അവളുടെ മനസിൽ ഉണ്ടാവില്ലേ? നീ എന്തിനാണ് ദേവദാസ് വിമലയെ
എന്റെ കൈകളിലേൽപ്പിച്ചത്? ഞങ്ങളെ നീ നിന്റെ സ്മാരകമാക്കുക
യായിരുന്നോ?"

കരഞ്ഞുകലങ്ങിയ കണ്ണുകളുമായാണ് ഞാൻ അഹമ്മദ്കുട്ടിയുടെ
മുമ്പിലെത്തിയത്. രോഗികളെല്ലാം ഒഴിഞ്ഞ സമയമായിരുന്നു. അവസാ
നത്തെ രോഗിയെപ്പോലെ ഞാൻ അഹമ്മദ്കുട്ടിയുടെ മുമ്പിലിരുന്നു.
അഹമ്മദ്കുട്ടിക്ക് ചിരിവരുന്നു. അഹമ്മദ്കുട്ടി എന്റെ അച്ഛനമ്മമാരെ
പ്പോലെ എന്നെ പേടിക്കുന്നില്ല. അവരുടെ മുമ്പിൽ എപ്പോഴും മനസിന്റെ
നില തെറ്റിപ്പോകാനിടയുള്ളവനാണ് ഞാൻ. ഇപ്പോൾ ഒരാൾ മാത്രമേ
എന്നെ അറിയുന്നുള്ളൂ. അയാൾ ചിരിക്കുന്നു.

"അഹമ്മദ്കുട്ടി ഞാനൊരു കാര്യം ചോദിക്കട്ടെ. ദേവദാസ് വിമലയെ
എന്റെ കൈയിലേൽപ്പിച്ചത് ശരിയാണോ?" എന്റെ ചോദ്യം അഹമ്മദ്
കുട്ടിയുടെ മുമ്പിൽ കാറ്റുകൊണ്ടുപോയി. അതായിരിക്കാം അഹമ്മദ്കുട്ടി
ദീർഘമായി ചിരിച്ചുകൊണ്ടിരുന്നത്.

"അവൾ എന്നെ സ്നേഹിക്കുമോ? ദേവദാസിന്റെ അന്ത്യാഭിലാഷം
ശരിയായിരുന്നോ? ദേവദാസുമായുള്ള പ്രണയത്തിന്റെ ഓർമകൾ
എന്നെങ്കിലും അവളുടെ മനസിൽ നിന്നൊഴിഞ്ഞുപോകുമോ?"

അഹമ്മദ്കുട്ടിയുടെ കണ്ണുകൾ എന്റെ മുഖത്തുനിന്നെങ്ങൊട്ടും തിരിയുന്നില്ല. ഉള്ളിലെന്തോ ആസ്വദിച്ചാസ്വദിച്ചു ചിരിക്കുന്ന മുഖം. ഇത്തിരിനേരം കഴിഞ്ഞ് അഹമ്മദ്കുട്ടി വളരെ ഗൗരവത്തിലായി. പതിവില്ലാത്ത മട്ടിൽ അഹമ്മദ്കുട്ടി പിന്നിൽ കൈയും കെട്ടി മുറിയിലാകെ ഒന്നു നടന്നു. എന്നിട്ട് തന്റെ കസാലയിൽത്തന്നെ വന്നിരുന്ന് പൈപ്പ് ചുണ്ടത്ത് വെച്ച് എന്നോട് പറഞ്ഞു, "നീ എവിടെയോ തനിച്ചിരുന്നു കര ഞ്ഞിട്ടുണ്ടെന്നെനിക്കറിയാം. കണ്ണീരിന് ഒരർഥം മാത്രമല്ല ഉള്ളത്. കണ്ണു നീരിന്റെ പലപല അർഥങ്ങൾ ഞാൻ മനസിലാക്കിയിട്ടുണ്ട്. ജീവിച്ചു ജീവിച്ചങ്ങുപോകവേ നിനക്കറിയാമോ മനുഷ്യരായ നമുക്ക് കണ്ണുനീരി ല്ലാതായും."

"അഹമ്മദ്കുട്ടീ ഞാൻ വിമലയെ കണ്ടിട്ടാണ് വരുന്നത്. അവളി പ്പോഴും ആ തുളസിത്തറയിലെ ഇരുട്ടിൽത്തന്നെ ഇരിക്കുകയാണ്."

"മോഹനനോട് ഞാനൊരു രഹസ്യം പറയാം. ബുധനാഴ്ച നാലു മണിക്ക് വിമല ഇവിടെ വന്നിരുന്നു. ഞാൻ വിളിച്ചുവരുത്തിയതാണ്. ഒരുമണിക്കൂറിലധികം അവൾ എന്റെ മുമ്പിൽ ഇരുന്നു. പാതി സമയവും കരയുകയായിരുന്നു. യാത്ര ചോദിക്കുമ്പോൾ അവൾ ചിരിക്കുന്നു. അവൾ മോഹനനെ സ്നേഹിക്കുന്നു. ഒരു സ്ത്രീയുടെ ദുർബലമായ ഭാഷയിൽ അവളെന്നോടു പറഞ്ഞു. ആരെയെങ്കിലും എനിക്കിനി സ്നേഹിക്കാൻ കഴിയുമെങ്കിൽ അത് മോഹനനെ മാത്രമാണ്. നീ അവളെ സ്നേഹിക്കു മോ, സ്വീകരിക്കുമോ എന്നൊക്കെയാണവളുടെ സംശയം. സ്ത്രീയെന്ന നിലയിൽ അവൾ മറ്റൊരു ഭാവമായിക്കഴിഞ്ഞു. നിങ്ങളിരുവരും എന്റെ മുമ്പിൽ വീഴ്ത്തുന്ന കണ്ണുനീർ എന്നെ ചിരിപ്പിക്കുന്നു. നീ പ്രണയ ത്തിന്റെയും സ്നേഹത്തിന്റെയും ധർമബോധത്തിന്റെയും സന്മാർഗ ത്തിന്റെയുമൊക്കെ ജയിലിലാണ്. ആ ജയിലിൽ നിന്നാദ്യം പുറത്തുവരൂ."

"അഹമ്മദ്കുട്ടി പറയുന്നതിന്റെ അർഥം മനസിലാകുന്നില്ല."

"ഒന്നിനും അർഥം തേടാതിരിക്കുക."

അഹമ്മദ്കുട്ടിയുടെ മൂകത. ആർദ്രമായ നോട്ടം. പൊട്ടിച്ചിരി. ഇതിനി ടയിൽ പൈപ്പിന്റെ മാന്ത്രികമായ പ്രകടനം.

അഹമ്മദ്കുട്ടി എന്നെയുംകുട്ടി പുറത്തിറങ്ങി. കാറ് സ്റ്റാർട്ടാക്കു മ്പോൾ അന്വേഷിച്ചു, "എങ്ങോട്ടാണ്?"

"വീട്ടിലേക്ക്. പാരീസിൽനിന്ന് എന്റെ സ്നേഹിതൻ കൊണ്ടുവന്ന പച്ചനിറമുള്ള ഒരു മദ്യമുണ്ട് എന്റെ വീട്ടിൽ. അത് അൽപ്പം തരാം. പിന്നെ വേറൊരു കാര്യം നാളെ നീ അവധിയെടുക്കൂ. വൈകുന്നേരം നാലുമണി ക്കുതന്നെ നമ്മൾ രണ്ടുപേരും എസ്റ്റേറ്റിലേക്കു പോകുന്നു. ശാന്തമ്മയുടെ കത്തുണ്ടായിരുന്നു മോഹനനെ കൊണ്ടുവരണമെന്ന് പ്രത്യേകം എഴുതി യിട്ടുണ്ട്." വീടിന്റെ ഗേറ്റിലെത്താറായപ്പോൾ അഹമ്മദ്കുട്ടി ചോദിച്ചു, "നിനക്ക് ശാന്തമ്മയെ ഇഷ്ടമാണോ മോഹനാ?" ഇഷ്ടമാണെന്നു പറ ഞ്ഞപ്പോൾ അഹമ്മദ്കുട്ടി എന്റെ തോളിലൊരടിവെച്ചുതന്നു. പൈപ്പ് വായിൽനിന്നെടുത്ത് എന്റെ കണ്ണിലേക്കൊന്നു തറപ്പിച്ചുനോക്കി.

"അതെങ്ങനെ? അവൾ എന്റേതല്ലേ? ഞാൻ വെച്ചുപിടിപ്പിച്ച ചന്ദന മരമല്ലേ? അവൾ എല്ലാ അർഥത്തിലും ഇന്ന് എന്റെ സ്വന്തമല്ലേ? എനിക്ക് സുഖം നൽകാനുള്ളവളല്ലേ? എന്റെ ജീവിതം തന്നെയല്ലേ? നിനക്ക റിയില്ലേ ഞങ്ങൾ തമ്മിലുള്ള സ്നേഹത്തെക്കുറിച്ച്. പിന്നെ നിനക്കവളെ ഇഷ്ടമാണെന്നും അവൾക്ക് നിന്നെ ഇഷ്ടമാണെന്നുമൊക്കെ പറയുന്ന തിലെന്താണർഥം? നിന്നെ എസ്റ്റേറ്റിലേക്ക് കൊണ്ടുചെല്ലണമെന്ന് അവൾ എനിക്ക് കത്തെഴുതിയതിലെന്താണർഥം?"

"എനിക്കറിഞ്ഞുകൂടാ അഹമ്മദ്കുട്ടീ..... എനിക്കൊന്നും അറിഞ്ഞു കൂടാ. അത്രയേ ഉള്ളൂ. ഇങ്ങനെയുള്ള പലതിന്റെയും അർഥം നമുക്കറി ഞ്ഞുകൂടാ".

കാറ് നിർത്തിയതിനുശേഷം അഹമ്മദ്കുട്ടി ഇടതുകൈകൊണ്ടു എന്നെ വരിഞ്ഞുകെട്ടി ചിരിച്ചു.

സുബൈദ ഉമ്മറത്തുതന്നെ നിൽക്കുന്നുണ്ടായിരുന്നു. അഹമ്മദ്കുട്ടി കുളിച്ചുവരുന്നതുവരെ ഞാൻ റഫീക്കിന്റെ ചങ്ങാതിയായി. റഫീക്ക് എന്നെ ഇഷ്ടപ്പെട്ടു തുടങ്ങിയിരിക്കുന്നു. അവന്റെ പാവക്കുട്ടികളെ അവ നെപ്പോലെ ഞാനും ഓമനിച്ചു. അവനെപ്പോലെ അവന്റെ പാവക്കു ട്ടികളോട് ഞാനും സംസാരിച്ചു.

അഹമ്മദ്കുട്ടി ഗസ്റ്റ്റൂമിന്റെ വാതിലടച്ച് പാരീസിലെ പച്ചമദ്യം ഗ്ലാസിലൊഴിച്ചു. ഫ്രിഡ്ജിൽ വെച്ച് മുളപ്പിച്ച പച്ചക്കടലയും മൈസൂർ പ്പഴവും മുന്തിരിയുമൊക്കയായിരുന്നു ഭക്ഷണം. കോഴിയിറച്ചിയും പത്തി രിയുമൊക്കെ അഹമ്മദ്കുട്ടിക്ക് മടുത്തിരിക്കുന്നു.

പച്ചനിറമുള്ള മദ്യം എന്നെ വാചാലനാക്കുകയായിരുന്നു. പൈപ്പ് പുകച്ചുകൊണ്ട് അഹമ്മദ്കുട്ടി രസിച്ചു. വിമലയുമായി ബുധനാഴ്ച നടന്ന സംഭാഷണത്തിന്റെ പൂർണചിത്രം വരയ്ക്കുകയായിരുന്നു അഹമ്മദ്കുട്ടി. ഒന്നിലും ഒരു കാര്യവുമില്ല. ജീവിതവുമായി നടന്നുപോകാൻ ഒരു വഴി കാണുക. ആ വഴിയിലൂടെ നടന്നുപോവുക. അങ്ങനെ നടന്നുപോ കുമ്പോൾ ആരായാലും വീഴാതിരിക്കില്ല. ചിലർക്ക് വീണേടത്തവസാ നിക്കുന്നു. ആരെങ്കിലുമാണോ എന്തെങ്കിലുമാണോ ഈ മഹാപ്രപഞ്ച ത്തിൽ മനുഷ്യൻ എന്ന ഈ ജീവി? ഒരു കൂണിന്റെ വില തന്നെയേ ഈ ജീവിക്കുമുള്ളൂ. സംസാരിച്ചുസംസാരിച്ച് അഹമ്മദ്കുട്ടി എവിടെയെല്ലാമോ എത്തുന്നു.

പന്ത്രണ്ടുമണി കഴിഞ്ഞാണ് ഞങ്ങൾ ഉറങ്ങാൻ കിടന്നത്. ഉറങ്ങാൻ പോകുമ്പോൾ അഹമ്മദ്കുട്ടി പറഞ്ഞു: "മനസിന്റെ വൈദ്യനാണ് മോഹനാ ഞാൻ. പക്ഷേ അതിന്റെ ഒരു നിഴലുപോലും എനിക്ക് പിടികിട്ടിയിട്ടില്ല. പിടികിട്ടുകയുമില്ല."

അഹമ്മദ്കുട്ടി മനസിൽ നിറഞ്ഞുനിൽക്കുന്നു. വെറുതെ ഞാൻ ആലോചിച്ചു, കോമാളിയായ ഒരു ഹാംലറ്റായിരിക്കുമോ ഈ അഹ മ്മദ്കുട്ടി. ഈ മനുഷ്യൻ സന്മാർഗിയോ അസാന്മാർഗിയോ അല്ല. എല്ലാവരെയും സ്നേഹിക്കുന്നു. പക്ഷേ ആ സ്നേഹം വിചിത്രമാണ്.

ദുരൂഹവും കോമാളിത്തങ്ങൾ നിറഞ്ഞതുമാണ്. പണ്ട് ദേവദാസ് പറഞ്ഞ തുപോലെ അഹമ്മദ്കുട്ടിയും ഒരു ഭ്രാന്തനായിരിക്കുമോ? ഭ്രാന്തന്മാരുടെ മുഖത്ത് അഹമ്മദ്കുട്ടി സദാ പൈപ്പ് വലിച്ച് ഊതുകയാണ്. ജീവിതം അഹമ്മദ്കുട്ടിക്ക് അന്തരീക്ഷത്തിൽ മാഞ്ഞുപോകുന്ന പുകച്ചുരുളുകൾ മാത്രമായിരിക്കുമോ?

വിമല കടന്നുവരികയായിരുന്നു. ശാന്തമ്മ ചിരിച്ച് എന്നും എന്നെ ഓർക്കുമോ എന്നു ചോദിച്ച് പൊട്ടിച്ചിരിച്ച് പിന്മാറുന്നു. വിമല മാത്രമാ വുന്നു. കണ്ണടച്ചുകിടന്നു. അവളുടെ രൂപം കൂടുതൽ വ്യക്തമാവുക യായിരുന്നു. അവൾ തിളങ്ങുകയായിരുന്നു. അവളുടെ സാരി ഊർന്നു നിലത്തുവീഴുകയായിരുന്നു. വിമലയെ പൂർണനഗ്നയാക്കി നിർത്തി മനസ്സ് എന്നോടെന്തോ ചോദിക്കുന്നു. അവൾ ഏറെനേരം അങ്ങനെത്തന്നെ നിന്നു.

ഏഴ്

ജയരാജൻ എന്നെ വല്ലാതെ വേദനിപ്പിച്ചുതുടങ്ങി. എന്നെക്കുറിച്ച് പലകഥകളും അവൻ നാട്ടിൽ പറഞ്ഞുനടക്കുന്നു. അവനെ ചെറുപ്പം മുതലേ എനിക്കിഷ്ടമല്ല. അമ്മാമന്റെ മകനാണെങ്കിലും അവനോട് ഞാൻ ഒരിക്കലും അടുപ്പം ഭാവിച്ചിട്ടില്ല. ഈ അടുപ്പമില്ലായ്മ ഞങ്ങളുടെ ബന്ധുക്കളുടെ ഇടയിൽ ഒരു സംസാരവിഷയമായിരുന്നു. രണ്ടും അഹം ഭാവികളാണെന്നാണ് അമ്മ പറയുക. അമ്മയ്ക്കവനെ എന്നും ഇഷ്ടമാ യിരുന്നു. പെണ്ണുങ്ങളുടെ മുമ്പിൽ നല്ലവനാകാൻ അവനൊരു പ്രത്യേക വിരുതുതന്നെയുണ്ട്. നാട്ടുകാർക്കും ബന്ധുക്കൾക്കുമൊക്കെ അവൻ വേണ്ടപ്പെട്ടവനും നല്ലവനുമാണ്. ഇരുപത്തിരണ്ടാമത്തെ വയസിൽത്തന്നെ ഒരു സർക്കാർ ഗുമസ്തനാകാൻ കഴിഞ്ഞ ആ ഭാഗ്യശാലിയുടെ പിന്നീടുള്ള ജീവിതം ഡിപ്പാർട്ട്മെന്റ് ടെസ്റ്റ് പാസാകലും പ്രമോഷ നെക്കുറിച്ചുള്ള സ്വപ്നങ്ങളും മാത്രമായിരുന്നു. അവൻ സർക്കാറിന്റെ ഗസറ്റും പി എസ് സി ബുള്ളറ്റിനും വായിച്ച് ജനസേവനം നടത്തുന്നത് കാണുമ്പോൾ ഞാനും ദേവദാസും ചിരിച്ച് കളിയാക്കും. പക്ഷേ ഞങ്ങൾ അവന്റെ കണ്ണിൽ ആരുമായിരുന്നില്ല. മറ്റുള്ളവരെ ഉപദേശിക്കുന്ന തിലായിരുന്നു ജയരാജന്റെ ആത്മസുഖം. തന്റെ ഉപദേശം സ്വീകരിച്ച് നന്നായവരെയും അവൻ ഇഷ്ടപ്പെടുകയില്ല. പരിചയമുള്ള എല്ലാ പെൺ കുട്ടികളെപ്പറ്റിയും അവന് ഓരോ കഥ പറയാനുണ്ട്. കാണാൻ കൊള്ളാ വുന്ന എല്ലാ ചെറുപ്പക്കാരികളെയും അവന് പുച്ഛവുമാണ്. പക്ഷേ അവർക്കെല്ലാം അവനോട് ഇഷ്ടമായിരുന്നു. അതിനെക്കുറിച്ച് ദേവദാസ് ഒരിക്കൽ പറഞ്ഞു, "അത് ഈ പെണ്ണുങ്ങളുടെ ഒരു മനഃശാസ്ത്രമുണ്ട്. അവർക്ക് ഉള്ളിന്റെയുള്ളിൽ തെമ്മാടികളെയും നുണയന്മാരെയും ഇഷ്ടമായിരിക്കും." അവനെ ഒരു സൈക്കിക്ക് കെയ്സായിട്ടാണ്

ദേവദാസ് കരുതിയത്.

ഞങ്ങൾ ചെറുപ്പന്നേ അവനിൽനിന്നകന്നുനിന്നത് അവനെ വേദനിപ്പിച്ചിരിക്കണം. അതിന് പകരം ചോദിക്കുകയാണവൻ. എന്റെ കരൾ കൊത്തിപ്പറിച്ചു നടക്കുന്നു.

അതൊരു ഞായറാഴ്ചയായിരുന്നു. ജനലോരം ചാരി ഞാൻ എന്റെ ചാരുകസേരയിൽ ഇരിക്കുന്നു. കാലത്തുമുതൽ തുടങ്ങിയ ഇരിപ്പാണ്. പത്തുമണി കഴിഞ്ഞു. എങ്ങനെയെങ്കിലും ഒന്ന് ഉച്ചയാവണം. ഊണും കഴിഞ്ഞ് ഉറങ്ങണം. ഉറങ്ങി വൈകുന്നേരമാക്കണം. രാത്രി അഹമ്മദ് കുട്ടിയെയും കണ്ട് നേരം വെളുപ്പിച്ച് ആദ്യത്തെ ബസിന് നഗരത്തിലേക്ക് പോകണം. ഇതിലൊന്നുമൊരു മാറ്റാവുമുണ്ടാവില്ല. കഴിഞ്ഞ കുറെ ആഴ്ചകളായി ഇങ്ങനെത്തന്നെയാണ്.

കുടയും കക്ഷത്തുവച്ച് വലിയ കാരണവരെപ്പോലെ ജയരാജൻ കയറിവരുന്നു. അവനെ കണ്ടിട്ട് മാസങ്ങളായി. കാണാറില്ലെങ്കിലും അവനെന്റെ കരൾ കൊത്തിപ്പറിക്കുന്ന വേദന സഹിച്ചുകൊണ്ടിരിക്കുക യായിരുന്നു. ആ കഴുകനോട് ഞാൻ ചിരിച്ചു. വീട്ടിൽ വന്നതല്ലേ. അവന്റെ വലുതായിവന്ന വയറിനു മുകളിലായിരുന്നു എന്റെ കണ്ണുകൾ. ഗൗരവത്തോടെയാണ് അവൻ എന്റെ മുറിയിലേക്ക് കയറിവന്നത്. ഞാൻ അവന്റെ വയറും മുഖവും മാറിമാറി നോക്കുകയായിരുന്നു. അവൻ ഇരുന്നു. അവന്റെ വലിയ വയർ ആശ്വാസംകൊള്ളുന്നതുപോലെ തോന്നി.

ഞായറാഴ്ച കാലത്തിങ്ങനെ കയറിവരാൻ എന്തെങ്കിലും കാണും. രണ്ടുമൂന്നുകൊല്ലമായി പെണ്ണുനോക്കിനടക്കുകയാണ്. എവിടെയെങ്കിലും ഉണ്ട വീണുകാണും. അതു പറയാനായിരിക്കും വന്നിരിക്കുക.

ചായകുടിച്ചു. അവന്റെ സ്വന്തം ഗ്യാസ്ട്രബ്ളായി വിഷയം. അവന്റെ വലിയ വയറും ഗ്യാസ്ട്രബ്ളുമൊക്കെ മനസിലെവിടെയോ ഒരു സുഖ മായി അവൻ സൂക്ഷിക്കുന്നുമുണ്ട്. അവന്റെ വരവ് അമ്മയെ സന്തോഷി പ്പിച്ചിരിക്കുന്നു.

എം ജെ പാസായാലുള്ള സ്കോപ്പിനെക്കുറിച്ചായി ജയരാജന്റെ അന്വേഷണം. സ്കോപ്പൊന്നുമില്ല. വെറുതേ എന്തെങ്കിലും പഠിക്കാമെന്നു വിചാരിച്ചു. ട്യൂട്ടോറിയൽപണി വേഗം മടുക്കും.

അവന്റെ വിജ്ഞാനം പുറത്തുവരാൻ തുടങ്ങി. ജേർണലിസത്തിൽ ഡിഗ്രിയെടുത്ത എത്രയോ ചെറുപ്പക്കാരൻ തൊഴിലില്ലാതെ അലയുന്നു ണ്ട്. എം ജെ ക്കാരെക്കൊണ്ട് പത്രങ്ങൾക്ക് വലിയ ആവശ്യവുമില്ല. പിന്നെ ഇതൊക്കെ പുതിയ കാലം കണ്ടുപിടിച്ച ഓരോതരം ഡിഗ്രികൾ. ഡിഗ്രിക ളുമായിങ്ങനെ നടക്കുക. ശരിയാണെന്നു ഞാൻ സമ്മതിച്ചു. പിന്നെ പി എസ് സിക്ക് എഴുതാനുള്ള ഉപദേശങ്ങളായിരുന്നു. പത്രത്തിലെ വാണ്ടട് കോളങ്ങളും പി എസ് സി ബുള്ളറ്റിനുമൊക്കെ മുടങ്ങാതെ വായിക്കണം.

എന്റെ തലയ്ക്കകം ചൊറിയുന്നുണ്ടായിരുന്നെങ്കിലും വീട്ടിൽ ഞായറാഴ്ച കാലത്തു വന്നതല്ലേ ഉപദേശം കുറേനേരം കേൾക്കുകയ ല്ലാതെ മറ്റു നിവൃത്തിയെന്നുമില്ല. അമ്മയുടെയൊക്കെ ആദർശപുരുഷ

നുമാണല്ലോ.

വന്നിട്ട് സമയമേറെയായിട്ടും പോകാനുള്ള മട്ടൊന്നുമില്ല. എനിക്കും വേണ്ടത് എങ്ങനെയെങ്കിലും ഉച്ചയായിക്കിട്ടലാണ്. സമയം ഈ കഴുകന്റെ മുമ്പിലൂടെ ഇഴഞ്ഞങ്ങുപോകട്ടെ എന്നു ഞാനും തീരുമാനിച്ചു.

"മോഹനാ നീ എന്റെ കൂടെ ഒന്ന് പുറത്തുവരണം. എനിക്ക് നിന്നോ ടൊരു സ്വകാര്യം പറയാനുണ്ട്. ഇവിടെവെച്ച് പറഞ്ഞുകൂടാ." അതുപറ ഞ്ഞ ഉടനെ ജയരാജൻ എഴുന്നേറ്റുനിന്നു. ഞാൻ അവനെ അത്ഭുത ത്തോടെ നോക്കുകയായിരുന്നു. എന്നോട് സ്വകാര്യമോ? അങ്ങനെയൊരു ബന്ധമുണ്ടോ ഞാനും അവനും തമ്മിൽ? എന്തു സ്വകാര്യമായാലും ഈ മുറിയിലിരുന്നുതന്നെ പറയാമല്ലോ എന്നു ഞാൻ പറഞ്ഞത് അവന് തീരെ ഇഷ്ടപ്പെട്ടില്ല. ആവട്ടെ പണ്ടാരം എന്ന മട്ടിൽ ഞാൻ ഷർട്ട് എടുത്ത് മേലിലിട്ട് അവനോടൊപ്പം പുറത്തിറങ്ങി. ഇഷ്ടമുണ്ടായിട്ടല്ല. അവനിൽ നിന്നൊരു സ്വകാര്യവും അറിയാനുമില്ല.

ജയരാജൻ എന്നെയും കൂട്ടി നടക്കുകയായിരുന്നു. അവൻ മുമ്പി ലാണ് നടക്കുന്നത്. അവനെപ്പോഴും മറ്റുള്ളവരുടെ മുമ്പിൽ നടക്കണം. കുടയും കക്ഷത്ത് ചായ്ച്ചുവെച്ച് മുമ്പിൽ നടക്കുകയായിരുന്ന അവന്റെ ഭാവം എനിക്ക് സഹിക്കാൻ കഴിയുന്നുണ്ടായിരുന്നില്ല. കുറെ ദൂരം റോഡി ലൂടെ നടന്നുകഴിഞ്ഞപ്പോൾ ഞാൻ പറഞ്ഞു "ഇനി എനിക്ക് നടക്കാൻ വയ്യ. അത്ര വലിയ സ്വകാര്യമാണോ? പറയൂ. ഇവിടെയൊന്നും ആരുമില്ല ല്ലോ." അവൻ അത് കേട്ടതായി ഭാവിക്കാതെ മുന്നോട്ടുതന്നെ നടക്കുക യായിരുന്നു. ഇവന്റെ കൂടെ പുറത്തിറങ്ങരുതായിരുന്നു എന്ന ചിന്ത അപ്പോഴാണുണ്ടായത്. നല്ല വെയിലാണ്. എന്നിട്ടും ഞാൻ നടന്നു. ഒന്നര കിലോമീറ്ററിലധികം നടന്നു കാണണം. "ഇനി എനിക്ക് വയ്യ" എന്നു പറഞ്ഞ് ഞാൻ തിരിഞ്ഞു നടന്നുതുടങ്ങിയപ്പോൾ അവനും എന്റെ കൂടെത്തിരിഞ്ഞു നടന്നു. അപ്പോഴും അവൻ എന്റെ മുമ്പിൽ കയറിയാണ് നടന്നത്. ഞാൻ തികച്ചും അസ്വസ്ഥനായിരുന്നു. വെയിലും വിയർപ്പും. ജയരാജനെപ്പോലൊരാളുടെകൂടെ വെയിലത്ത് വെറുതേ നടക്കാനുള്ള മാനസികാവസ്ഥയിലൊന്നുമല്ലായിരുന്നു ഞാൻ. അമർഷം ഉള്ളിലൊതു ക്കിക്കൊണ്ട് ഞാൻ ചോദിച്ചു, "ജയരാജനെന്താണെന്നോട് പറയാനു ള്ളത്?"

"നിനക്ക് ഈ നാട്ടിൽ സ്നേഹിക്കാൻ വേറെ പെണ്ണിനെ കിട്ടിയില്ലേ?"
ജയരാജ് വിഷയത്തിലേക്കു വരുന്നു. എന്റെ തലയ്ക്കകത്ത് തീ ആളിക്കത്തുന്നു. ശരീരത്താകെ രോഷത്തിന്റെ വിറയൽ തുടങ്ങി. ഞാൻ തന്നെയാണ് വിഷയമെന്നറിഞ്ഞപ്പോൾ നിലത്ത് അമർത്തിച്ചവിട്ടി നടത്തം പതുക്കെയൊക്കി. അവന്റെ നെഞ്ചിൽ ചവിട്ടിത്തന്നെയാണ് ഞാൻ നടക്കു ന്നത്. ജയരാജനെ അവിടെവിട്ട് ഓടി വീട്ടിലെത്താനും തോന്നുന്നുണ്ടാ യിരുന്നു.

"എനിക്ക് അത്ഭുതം തോന്നുന്നു. എന്തും സംഭവിക്കുന്ന ഒരു ലോ കം. അവൾ ദേവദാസിന്റെകൂടെ ആടി നടന്നവളാണെന്ന് ആരെക്കാളും

കൂടുതൽ അറിയുന്നത് നിനക്കാണ്. നീ അവന്റെ സ്നേഹിതനായിരുന്നു. അവൻ മരിച്ചപ്പോൾ തെക്കും വടക്കും നോക്കാതെ നീ കയറി അവളെ യങ്ങ് പ്രേമിക്കുക. അവളൊരു പെണ്ണാണോ? ദേവദാസ് ആശുപത്രിയിൽ കിടക്കുമ്പോൾ അവളെ ഞാൻ കണ്ടു. അവന്റെ ബെഡ്ഡിനരികെനിന്ന് കരയുന്നു. വീട്ടുകാർക്കടങ്ങി ജീവിച്ചവളല്ല അവൾ."

എന്റെ മൗനം അവന് സംസാരിക്കാനും അരിശംകൊള്ളാനും വളമായിത്തീരുകയായിരുന്നു. അവൻ എന്നെ ശാസിക്കുന്നു. എന്റെ മുഖത്തേക്കിന്നെപോലെ കാർക്കിച്ചു തുപ്പിക്കൊണ്ടേയിരിക്കുന്നു.

"ഞാനൊരു കാര്യം പറയാം. ആളുകൾ തലയിൽ കൈവെച്ചു ചിരിക്കുന്നുണ്ട്. നിന്റെ അമ്മ ഈ അപമാനം സഹിക്കുകയില്ല. മുത്തമ്മ കെട്ടിത്തൂങ്ങി മരിച്ചുകളയുമെന്നാണ് പറയുന്നത്. നിന്നോട് ഇക്കാര്യം സംസാരിക്കാൻ അമ്മതന്നെയാണ് എന്നെ വിളിപ്പിച്ചത്.

"ജയരാജാ നീ കഥയറിയാതെ ആട്ടം കാണുന്നു."

"നീയും വിമലയും തമ്മിൽ അടുപ്പത്തിലാണെന്ന കാര്യം ശരിയാണോ അതാണ് എനിക്കറിയേണ്ടത്. നിന്നെപ്പറ്റി എന്തെല്ലാമാണ് ആളുകൾ പറയുന്നത്."

"നീ കേട്ടതെല്ലാം ശരിയാണ്. ഞാൻ അവളെ സ്നേഹിക്കുന്നുണ്ട്. ഞാൻ അവളെ കല്യാണം കഴിക്കും. പക്ഷേ ഇതിനു പിന്നിൽ നീ അറിയാത്ത ചിലതുണ്ട്. അറിഞ്ഞാലും നിനക്കതൊന്നും മനസിലാവില്ല."

പൊടുന്നനെ ഒന്നു തണുത്തുകൊണ്ട് ജയരാജൻ എന്നോട് ചോദിച്ചു. "അവൾ ദേവദാസിന്റെ മൂന്നു ഗർഭം അലസിപ്പിച്ചത് നിനക്കറിയാമോ?"

"അറിയാം. അവൾ ഇന്നലെ വൈകുന്നേരം എന്റെ ഒരു ഗർഭം അലസിപ്പിച്ചത് നിനക്കറിയാമോ? അവൾ ഇതിനകം ഒരു ഇരുപതു തവണയെങ്കിലും ഗർഭിണിയായിക്കഴിഞ്ഞു."

ജയരാജന്റെ മുഖം പെട്ടെന്ന് ഒന്നു കറുത്തു. പിന്നെ അവന്റെ മുഖത്ത് ചോര ഇരച്ചുകയറുകയായിരുന്നു. എന്നെ തറപ്പിച്ചും കൂർപ്പിച്ചും നോക്കുന്നു.

"നീ നമ്മുടെ തറവാടിന്റെ മാനം കളയുന്നു. നിന്നെ ഞങ്ങളിതിന് അനുവദിക്കുകയില്ല. ഒരു കാര്യം നീ ഓർത്തോ. ആ പെണ്ണിനെ നാട്ടിലൂടെ നടക്കാൻ ഞങ്ങൾ സമ്മതിക്കുകയില്ല. അവളേതു ജാതിയാണെന്ന് ഇപ്പോൾത്തന്നെ എല്ലാവർക്കുമറിയാം."

ജയരാജൻ ഞങ്ങളുടെ തറവാടിന്റെ അന്തസ്സിനെക്കുറിച്ചുതന്നെ സംസാരിക്കുകയായിരുന്നു. തറവാടിന് അന്തസ്സുണ്ടാക്കി വിളക്കുതറകളിൽ ജീവിക്കുന്ന വലിയ കാരണവന്മാരുടെ പേരുകൾ അവൻ നിരത്തിവെച്ചു.

എന്റെ വീടിനടുത്തെത്തി എന്നോട് മിണ്ടാതെ അവൻ അവന്റെ വഴിക്കു നടന്നുപോയി. അമ്മ അവനെ കാത്തിരിക്കുകയായിരിക്കും. എനിക്ക് പേടിയായി. അവൻ കഴുകനാണ്. കൂടുതൽ ശക്തിയായി ഇനി എന്നെ കൊത്തിപ്പറിക്കും. എന്നെ അവൻ ആളുകളുടെ മനസിൽ ഒരഴുക്ക്

ചുലാക്കിമാറ്റും. അല്ലെങ്കിലും ഞാൻ അങ്ങനെയായിക്കഴിഞ്ഞു.

വൈകുന്നേരം വിമലയെയും രാത്രി അഹമ്മദ്കുട്ടിയെയും കണ്ട് തിങ്കളാഴ്ച രാവിലെ പോകാമെന്ന് വിചാരിച്ചതായിരുന്നു. എന്റെ മനസ്സ് വല്ലാതങ്ങ് മാറി. ഉച്ചയാവുന്നതുവരെ ഞാൻ എന്റെ ചാരുകസേരയിൽ ത്തന്നെ ഇരുന്നുകഴിച്ചുകൂട്ടി. ഊണിനു മുമ്പിലിരുന്നപ്പോൾ അമ്മ ദയനീ യമായി എന്റെ മുഖത്തുനോക്കുകയായിരുന്നു.അമ്മയ്ക്കെന്തൊക്കെയോ പറയണമെന്നുണ്ട്. എന്റെ മുഖം കണ്ടതുകൊണ്ടായിരിക്കാം ഒന്നും പറഞ്ഞില്ല.

ഊണ് കഴിച്ചെന്നുവരുത്തി എഴുന്നേറ്റു. എനിക്ക് കഴിയുന്നത്രവേഗം പോകണം. നഗരത്തിലെ എന്റെ മുറിയിൽ ചെന്നുകിടക്കണം. പുറപ്പെടു ന്നതിന് മുമ്പ് ഒരു ഇൻലന്റിൽ വിമലയ്ക്ക് ഇങ്ങനെ എഴുതി:"ഞാൻ ഞായറാഴ്ച ഉച്ചയോടെ സ്ഥലംവിട്ടു. പഠിക്കാനുണ്ട്. ഇനി ഞാൻ ആഴ്ച തോറും ഇങ്ങോട്ടുവരില്ല. എനിക്ക് നിന്നോട് പറയാനുള്ളതെല്ലാം നീ മനസിലാക്കിക്കഴിഞ്ഞുവെന്ന് ഞാൻ വിചാരിക്കുന്നു. വിധി നമ്മെ ഇവിടെവരെ കൊണ്ടെത്തിച്ചു. ഇനി അതിനെ പൂർണമായി സ്വീകരിക്കുക. നമുക്ക് പുറത്തുള്ള ലോകം നമ്മെ പരിഹസിച്ചെന്നുവരും. ബന്ധുക്കൾ നമ്മെ ആട്ടിയകറ്റിയെന്നുവരും. ദേവദാസിന്റെ സ്നേഹവും അവനെ ക്കുറിച്ചുള്ള ഓർമകളും നല്ലവനായ അഹമ്മദ്കുട്ടിയും മാത്രമേ നമുക്ക് കൂട്ടുണ്ടാവുകയുള്ളൂ. നമ്മൾ ഒരു തീരുമാനമെടുത്താൽ പിന്നെ ആ തീരുമാനമാണ് നമ്മൾ. അതിനെതിരേ ഉണ്ടാകുന്ന എല്ലാ എതിർപ്പുക ളെയും സ്വയംവരിക്കാൻ തയാറാകണം. ഇനിമുതൽ നമ്മുടെ മനസിന്റെ സമാധാനം നമ്മൾതന്നെ ഉണ്ടാക്കേണ്ടതാണ്. നിനക്കെന്നോടുള്ള ബന്ധം നീ ലോകത്തോടു പറഞ്ഞുതുടങ്ങുക. ഞാനും പറഞ്ഞു തുടങ്ങി യിരിക്കുന്നു."

നാലാമത്തെ ദിവസം വിമലയുടെ ആദ്യത്തെ കത്ത് എന്റെ കൈ യിൽ വന്നുചേർന്നു. എനിക്ക് ലഭിച്ച ആദ്യത്തെ പ്രേമലേഖനം. വിമല ചോദിച്ചു, "മോഹനാ നിന്നക്കെന്നെ ആത്മാർഥമായി സ്നേഹിക്കാൻ കഴി യുമോ? ദേവദാസ് നിന്റെ മനസിലുണ്ടാവില്ലേ എപ്പോഴും? നിങ്ങൾ രണ്ടു പേരും ഒരു ഹൃദയത്തിന്റെ ഉടമയായിരുന്നുവെന്നനിക്കറിയാം. അപ്പോ ഴും നീ മോഹനനും അവൻ ദേവദാസുമായിരുന്നല്ലോ. ദേവദാസിന്റെ കാമുകിയായിരുന്നപ്പോൾ ഞാൻ മാത്രമായിരുന്നു. ഞങ്ങളുടേത് പ്രേമ ത്തെക്കുറിച്ചുള്ള എല്ലാ സങ്കൽപ്പങ്ങൾക്കുമതീതമായ ഒരു ഹൃദയബന്ധ മായിരുന്നു. ഞാനും ദേവദാസും പ്രേമത്തിന്റെ ഭ്രാന്തുപിടിച്ചവരായിരുന്നു. ആ ഭ്രാന്തിന്റെ ഓർമകൾക്കുമുമ്പിൽ ദൈവം തിരശ്ശീലയിട്ടിരിക്കുന്നു. എന്നിട്ട് മറ്റൊരു ഭ്രാന്തിലേക്ക് ഞാൻ വഴുതി വീണുകഴിഞ്ഞു. എന്റെ ഹൃദയം നിനക്കായി സമർപ്പിക്കപ്പെട്ടിരിക്കുന്നു."

ഞങ്ങൾ നിരന്തരം കത്തുകൾ എഴുതിക്കൊണ്ടിരുന്നു. ആ ദിവസ ങ്ങളിലെ ഏക ആശ്വാസം ഈ കത്തുകളായിരുന്നു. പ്രണയത്തിന്റെയും ജീവിതത്തിന്റെയും വിവിധ മുഖങ്ങളും ഭാവങ്ങളും ഈ കത്തുകളിലൂടെ

കൈമാറി. ഓരോ കത്തും ഞങ്ങൾക്കോരോ അറിവായിത്തീർന്നു. ആ കത്തുകൾക്കുപിന്നിൽ ദൈവത്തിന്റെ കരങ്ങളുണ്ടായിരുന്നു. ഒരു കത്തിൽ വിമല പ്രണയത്തിന്റെ ദേവതയായി പ്രത്യക്ഷപ്പെടും. പ്രണയത്തിന്റെ പരമാനന്ദത്തിൽ എന്റെ ഹൃദയത്തെ അലിയിച്ചുകളയും. പ്രണയത്തിന്റെ അർഥശൂന്യതയെക്കുറിച്ചായിരിക്കും. മറ്റൊരു കത്ത്. ജീവിതമെന്ന ദുഃഖത്തോട് യാത്രപറയാൻ കൊതിക്കുന്നവളായിട്ടായിരിക്കും മറ്റൊരു കത്തിൽ പ്രത്യക്ഷപ്പെടുക.

വിമല എനിക്കയെക്കുന്ന ദീർഘമായ പ്രേമലേഖനങ്ങൾ അഹമ്മദ് കുട്ടിയും വായിക്കുന്നുണ്ടായിരുന്നു. അഹമ്മദ്കുട്ടി ആ കത്തുകൾ വായിക്കുന്നതും അയാൾ ഞങ്ങളുടെ പ്രണയത്തിന് സാക്ഷിയാവുന്നതും എനിക്കിഷ്ടമായിരുന്നു. അഹമ്മദ്കുട്ടി എനിക്കൊരു സാധാരണ സ്നേഹിതനോ എന്നെ ചികിത്സിച്ച നല്ലവനായ സൈക്യാട്രിസ്റ്റോ മാത്രമല്ല. ഞാൻ അയാളുടേതാണ്. കത്തിക്കൊണ്ടിരുന്ന എന്നെ നിസ്സംഗമായി സമീപിച്ച് സ്വന്തമാക്കിയ അഹമ്മദ്കുട്ടിയെ ആരായിട്ടാണ് കരുതേണ്ട തെന്നെനിക്കറിഞ്ഞുകൂടാ.

ചിലപ്പോഴൊക്കെ ഞാനും അഹമ്മദ്കുട്ടിയും എസ്റ്റേറ്റിലേക്ക് പോകും. ഇരുപത്താറാം മൈലിൽനിന്ന് ശാന്തമ്മയും ഞങ്ങളുടെ കൂടെ പോരും. ശാന്തമ്മ എന്റെയും വിമലയുടെയും പ്രേമജീവിതത്തിന്റെ ആരാധികയായിത്തീർന്നു. ആ സ്നേഹവതിയെക്കുറിച്ച് ഇങ്ങനെയും ഒരു സ്ത്രീയോ എന്ന് ഞാൻ ആലോചിച്ചു പോയിട്ടുണ്ട്. എന്റെ മനസ്സ് അന്നും ഇന്നും ഒരേപോലെ ശാന്തമ്മയുടെ മനസിന് പൂജാപുഷ്പങ്ങളർപ്പിക്കുന്നു.

ഒരർദ്ധരാത്രിയും കോരിച്ചൊരിയുന്ന മഴയും. വാച്ചർ രാമൻനായർ പതിവുപോലെ പുറത്ത് പായിട്ട് ഉറങ്ങുകയാണ്. ഏഴ് പെഗ്ഗിനുശേഷമുള്ള ലഹരിയിൽ അഹമ്മദ്കുട്ടിയെ ഉറക്കിടത്തിയിരിക്കുന്നു. ഞാനും ശാന്തമ്മയും ഉറങ്ങിയില്ല ആ രാവിൽ. ഞങ്ങളുടെ സ്നേഹത്തിന്റെ രാവായിരുന്നു അത്. മദ്യത്തിന്റെ ലഹരിയിലാവാം എപ്പോഴോ ശാന്തമ്മ എന്നോട് ചോദിച്ചു, "മോഹനാ വിമലയും നീയും ജീവിതം തുടങ്ങിയാൽ എന്നെക്കുറിച്ചുള്ള ഓർമകൾ നീ എവിടെയാണ് സൂക്ഷിക്കുക?" ഏറെ നേരം ആ ചോദ്യം എന്റെ നെഞ്ചിൽ കിടന്നു പുളഞ്ഞു. അവളെന്റെ മുഖത്ത് ഇമവെട്ടാതെ നോക്കുന്നു. നിസ്സഹായമായി നീങ്ങുന്ന നിമിഷങ്ങളിൽ നനയാൻ തുടങ്ങുന്ന എന്റെ കണ്ണുകളെ മാറിലൊളിപ്പിച്ചുകൊണ്ട് അവൾ എനിക്കായി ഒരുറക്കുപാട്ട് പാടി ചിരിച്ചു. ആ പാട്ടിന്റെ ഈണം ഒരമ്മയ്ക്കുമാത്രം കഴിയുന്നതായിരുന്നു.

"നീ എന്തിനാണെന്നെ സ്നേഹിച്ചത്?" ശാന്തമ്മ എന്റെ ചുണ്ടത്ത് ചോദിച്ചു.

"എനിക്കറിഞ്ഞുകൂടാ."

"ആരാണ് നിന്റെ മനസിലിപ്പോൾ വിമലയോ ഞാനോ?"

"എനിക്കറിഞ്ഞുകൂടാ."

"ആരോടാണ് നിനക്ക് കൂടുതലിഷ്ടം. വിമലയോടോ എന്നോടോ?"

"എനിക്കറിയില്ല ശാന്തമ്മേ."

എനിക്ക് വീർപ്പുമുട്ടുകയായിരുന്നു.

"എനിക്കറിയുന്നതു പറയാം. മോഹനാ നീ എന്റെ പൊന്നനുജനാ
ണ്. അഹമ്മദ്കുട്ടി ഡോക്ടറുടെ പൊന്നനുജൻ. നീ എന്റെയും ഡോക്ട
റുടെയും അനുജനായിരിക്കും. എന്റെ മനസ്സ് ഒരിക്കലും മാറുകയില്ല.
അഹമ്മദ്കുട്ടി ഡോക്ടറുടെ പെണ്ണല്ലാതെ മറ്റൊരാളുടെയും പെണ്ണാകാൻ
എനിക്ക് ഈ ജീവിതത്തിൽ സാധിക്കുകയില്ല."

"നിന്റെ പെണ്ണായി നീ എപ്പോഴെങ്കിലും എന്നെ കരുതിയിട്ടുണ്ടോ
മോഹനാ?"

"എനിക്കൊന്നുമറിഞ്ഞുകൂടാ ശാന്തമ്മേ."

"നീ എന്നെ ഓർക്കുന്നത് നിന്റെ ആരായിട്ടായിരിക്കും?"

"നീ ഇന്ന് ഏകാദശിനോറ്റ് എന്നെ ഭ്രാന്തുപിടിപ്പിക്കുകയാണോ
ശാന്തമ്മേ?"

എത്ര ആഹ്ലാദകരമായ നിമിഷങ്ങൾക്കിടയിലും ഉത്തരമില്ലാത്ത
ചോദ്യങ്ങൾ ചോദിക്കുന്നത് ശാന്തമ്മയുടെ ഒരു സ്വഭാവമാണ്. ജീവിതം
ശാന്തമ്മയ്ക്കു നൽകിയ അറിവുകളെക്കുറിച്ചോർത്ത് ഞാൻ അത്ഭുതം
കൊള്ളാറുണ്ട്.

അവൾ ശൂന്യതയുടെ പ്രിയപ്പെട്ട പാട്ടുകാരിയാണെന്നു അഹമ്മദ്
കുട്ടി ഒരിക്കൽ എന്നോട് പറഞ്ഞു. അതിന്റെ അർഥം എനിക്കറിയില്ല.
അറിയാൻ ഞാൻ ശ്രമിച്ചിട്ടുമില്ല.

എട്ട്

അമ്മ എന്നിൽ നിന്നകലുന്നു. മനസിന്റെ എല്ലാ വാതിലുകളും എന്റെ നേരെ വലിച്ചടച്ചുകഴിഞ്ഞു. മൗനം മാത്രമായിത്തീർന്ന അമ്മ സംസാരിക്കാൻ എനിക്കൊരവസരം നൽകുന്നുമുണ്ടായിരുന്നില്ല. അമ്മ യോട് എല്ലാം തുറന്നു പറയണമെന്നുണ്ട്. അമ്മ എന്റെ മുഖത്തുപോലും നോക്കുന്നില്ല. എന്നെ പൂർണമായും വെറുത്തു കഴിഞ്ഞു.

ജയരാജൻ വീണ്ടും വന്നു. ആളുകളുടെ മുമ്പിൽ എങ്ങനെയാണ് തലനിവർത്തു നടക്കുക എന്നാണവൻ ചോദിക്കുന്നത്. എനിക്കവൻ പലവിധ മാർഗങ്ങളും പറഞ്ഞുതന്നു. ആണുങ്ങൾ ഇങ്ങനെയുള്ള പെണ്ണുങ്ങളുടെ വലയിൽ പെട്ടുപോകുന്നത് സാധാരണമാണ്. പെണ്ണിന് അങ്ങനെയൊരു കഴിവുണ്ട്. ഇത്തരം പെണ്ണുങ്ങളുടെ വലയിൽ പെട്ടാൽ ജീവിതം നരകമായിപ്പോകും. അതുകൊണ്ട് എങ്ങനെയെങ്കിലും തലയുരുക. ബാംഗ്ലൂരിൽ ജയരാജന്റെ അളിയനുണ്ട്. അഞ്ചാറുമാസം അയാളുടെ അടുത്തുപോയി നിൽക്കുക. അവിടെ താമസിച്ച് വല്ല ജോലിക്കും ശ്രമിക്കുക. ഇവളുമായി ഒരു കത്തിടപാടും പാടില്ല. ഇവൾ വേറെയാരുടെയെങ്കിലും പിന്നാലെയങ്ങ് പോയിക്കോളും.

അവസാനം ജയരാജൻ എന്നോടൊരു രഹസ്യം പറഞ്ഞു. "നിനക്ക് കോറോത്ത് മൂസയെ അറിയാമോ? ഇന്നാട്ടിലെ നാലഞ്ചു പെണ്ണുങ്ങളാ ണവന്റെ പണം മുഴുവനും തിന്നു തീർത്തത്. അവന്റെ കാറും ലോറി യുമെല്ലാം വിറ്റുപോയത് ഈ പെണ്ണുങ്ങളെക്കൊണ്ടാണ്. അക്കൂട്ടത്തി ലൊരുത്തിയാണ് ഈ വിമല. മൂസയുടെ കൈയിൽ വിമലയുടെ ഒരുപാട് നെയിക്കഡ് ഫോട്ടോസുണ്ട്. നെഗറ്റീവ് ഏതോ ഒരു സ്റ്റുഡിയോക്കാരന്റെ കൈയിലാ ഉള്ളത്."

വയറും തടവി ജയരാജൻ പോയി. കോറോത്ത് മൂസയുടെ കാര്യം

അമ്മയോടും പറഞ്ഞിട്ടുണ്ടാവണം. അച്ഛനോട് അവൻ ഒന്നും സംസാരി
ക്കുകയില്ല. അച്ഛന് അവനെക്കുറിച്ചൊക്കെയറിയാം. അച്ഛനൊന്നുമറിയു
ന്നില്ല. ഒന്നുമറിയുന്നില്ലെന്ന് നടിക്കുകയയാവാം. അച്ഛനെന്നും അങ്ങനെ
യായിരുന്നു.

ആ നാളുകളിൽ എന്നെ അത്ഭുതപ്പെടുത്തിയത് കണ്ണൻമാസ്റ്ററിൽ
ഉണ്ടായ മാറ്റമാണ്. എന്നെ കണ്ണൻമാസ്റ്റർ പരസ്യമായി തള്ളിപ്പറഞ്ഞു.
വായനശാലയിലും ബാർബർഷാപ്പിലുമൊക്കെ ഞാൻ ചർച്ചാവിഷയ
മാകുമ്പോൾ കണ്ണൻമാസ്റ്ററുടെ നാവിൽ ഞാൻ വെറുമൊരു നെറികെട്ട
വനായി. കണ്ണൻമാസ്റ്റർ പരസ്യമായി പ്രവചനവും നടത്തി "നോക്കിക്കോ
ഇത് വലിയ ദുരന്തത്തിൽ കലാശിക്കും." എന്നോടും വിമലയോടും
കണ്ണൻമാസ്റ്റർ മിണ്ടാതായി. ആ ലക്ഷണംകെട്ട പെണ്ണുമായുള്ള ബന്ധം
ദേവദാസിന്റെ ഒരു ദുർവിധിയായിരുന്നുവെന്നുവരെ പറഞ്ഞു നടന്നു.
വിമല നാട്ടിലാകെ ഒരു ചീത്തപ്പെണ്ണായി ചിത്രീകരിക്കപ്പെടുന്നു.
ഊമക്കത്തുകളിലൂടെ അവൾക്കുനേരെ ഭീഷണിയും വന്നുതുടങ്ങി.
അങ്ങനെയുള്ള ഒരു കത്ത് വിമല എന്റെ കൈയിൽ തന്നിട്ട് പറഞ്ഞു,
"മോഹനാ മോഹനന്റെ നഗരത്തിൽ എനിക്കൊരു ചെറിയ ജോലി
എങ്ങനെയെങ്കിലും ശരിയാക്കൂ. എന്നിട്ട് ഞാനങ്ങോട്ടുപോരാം.
ഇവിടെനിന്ന് എനിക്ക് രക്ഷപ്പടണം. ഒന്നും കഴിയുന്നില്ലെങ്കിൽ നമുക്ക്
രണ്ടുപേർക്കും എങ്ങോട്ടെങ്കിലും ഒളിച്ചോടിപ്പോകാം. ഈ അവസ്ഥ
തുടർന്നാൽ ഞാൻ എന്തായിത്തീരുമെന്നെനിക്കറിഞ്ഞുകൂടാ."

നാട്ടിലെത്തുന്ന ശനിയാഴ്ചകളിൽ വൈകുന്നേരമാകുമ്പോൾ ഞാൻ
വിമലയെയും വിളിച്ച് കടൽത്തീരത്തുപോകും. എനിക്ക് വാശിയായി
രുന്നു. എല്ലാ കഴുകന്മാരും കാണട്ടെ. ഞാനും വിമലയും തോണിയുടെ
മറവിലിരിക്കുന്നത് ഒരുനാൾ ജയരാജനും കണ്ടു. ഞങ്ങളിങ്ങോട്ടുപോന്ന
വിവരമറിഞ്ഞ് വന്നതാണ്. എന്നിട്ട് ഞങ്ങളുടെ സമീപത്തൂടെ അവർ
കടന്നുപോയി. ഞങ്ങൾ സൂര്യനസ്തമിക്കുന്നതുവരെ കടൽക്കരയിലി
രുന്നു സംസാരിക്കും. സമീപത്തൊന്നും ആളില്ലാത്തപ്പോൾ അവൾ എന്റെ
മടിയിൽ തലവെച്ച് ആകാശംനോക്കി കിടക്കും. ഞായറാഴ്ചകളിൽ
ഞങ്ങൾ അഹമ്മദ്കുട്ടിയുടെ വീട്ടിൽവെച്ചാണ് സന്ധിക്കുക.

വിമല എനിക്കെഴുതുന്ന കത്തുകളിൽ ജോലിയുടെ കാര്യം സൂചി
പ്പിച്ചുകൊണ്ടിരുന്നു. വിമലയുടെ ഒരു കത്ത് വായിച്ച് ഞാൻ കരഞ്ഞു
പോയി. അവളെക്കുറിച്ച് നാട്ടിൽ ചുവരെഴുത്തുകൾ പ്രത്യക്ഷപ്പെടുന്നു.
നടുപാതിരയ്ക്ക് അവളുടെ മുറിയുടെ ജാലകത്തിലൂടെ ടോർച്ചിന്റെ
വെളിച്ചം കടന്നുവരുന്നു. രജിസ്ട്രേഡ് ആയി മഞ്ഞപ്പുസ്തകങ്ങൾ
വരുന്നു.

വിമല തീതിന്നുകയായിരുന്നു. എം ജെക്ക് ചേർന്നതു ശരിയായില്ല.
എവിടെയെങ്കിലും എനിക്ക് ചെറിയൊരു ജോലിയാണു വേണ്ടത്. നഗര

ത്തിലെ പല പത്രമാപ്പീസുകളിലും ഒരു ജോലിക്കുവേണ്ടി ഞാൻ കയ
റിയിറങ്ങി. അഹമ്മദ്കുട്ടിയും അയാളുടെ സ്നേഹിതന്മാരിലൂടെ പലേ
ടത്തും ശ്രമിക്കുന്നുണ്ടായിരുന്നു.

സുബൈദയും കുട്ടികളും ഒട്ടുനാൾ കൂടി ഉമ്മയെയും ബാപ്പയെയും
കാണാൻ പോയ ഒരു ഞായറാഴ്ച. അഹമ്മദ്കുട്ടിയുടെ സ്വന്തം ഞായറാ
ഴ്ചയായിരുന്നു അത്. അഹമ്മദ്കുട്ടി സ്വാതന്ത്ര്യമനുഭവിക്കുന്നത് ഇത്തരം
ഞായറാഴ്ചകളിലാണ്. അന്ന് ഭക്ഷണം എപ്പോഴെങ്കിലും കഴിച്ചാൽമതി.
കുളിച്ചില്ലെങ്കിൽ കുഴപ്പമില്ല. സ്മോളടിച്ചും പൈപ്പുവലിച്ചും പുസ്തകം
വായിച്ചും ഇരിക്കാം. തനിച്ചിരുന്നു തന്നോടുതന്നെ സംസാരിക്കാം.

കാലത്ത് പത്തരമണിയോടുകൂടി വിമല എന്നെ കാണാൻ വന്നു.
അവളുടെ മനസിലെന്തോ കുമിഞ്ഞുകത്തുന്നതിന്റെ നിഴൽ മുഖത്തു
കാണാമായിരുന്നു. വിമലയുടെ മുഖം വീണ്ടും പഴയതുപോലെ ആയി
ത്തീർന്നിരിക്കുന്നു. അഹമ്മദ്കുട്ടി എന്തൊക്കെയോ തമാശപറഞ്ഞപ്പോൾ
ചിരിക്കാൻ അവളും ശ്രമിച്ചു.

വിമല എന്തൊക്കെയോ സംസാരിച്ചു; പരസ്പരം ബന്ധമില്ലാത്ത
എന്തൊക്കെയോ കാര്യങ്ങൾ. അതിനിടയിൽ അവളെന്നോട്
ചോദിച്ചു,"മോഹനാ എന്നെ എല്ലാവരും എന്തിനാണിങ്ങനെ വെറുക്കു
ന്നത്? ഞാൻ അത്രയും മോശമാണോ?"

എന്തോ ഓർത്ത് വിമല കരഞ്ഞു.

"മോഹനാ എന്നെ എല്ലാവരും വെറുക്കുന്നു. എനിക്ക് ഈ ജീവിതം
വേണ്ടാതായിരിക്കുന്നു. എനിക്ക് ഭ്രാന്തുപിടിക്കുകയാണ്. എന്നെ എങ്ങോ
ട്ടെങ്കിലും കൊണ്ടുപോകൂ മോഹനാ. അല്ലെങ്കിൽ എന്നെ എന്തെങ്കിലും
മരുന്നു കുത്തിവെച്ച് കൊന്നുകളയൂ."

വിമലയുടെ മുഖം കണ്ണീരിൽ കുതിരുന്നു. അഹമ്മദ്കുട്ടി കാണാ
തിരിക്കാൻവേണ്ടി കുടക്കുടെ സാരിത്തലപ്പുകൊണ്ട് മുഖം തുടയ്ക്കുന്നു.

അഹമ്മദ്കുട്ടി ചായയുണ്ടാക്കിത്തന്നു. ഒരു ഫ്ലാസ്കിൽ ചായയും
രണ്ട് ഗ്ലാസ്സും ഗസ്റ്റ്റൂമിൽ കൊണ്ടുവെച്ചു. എന്നിട്ട് അഹമ്മദ്കുട്ടി ഗസ്റ്റ്റൂം
ചൂണ്ടിക്കാണിച്ചു. എനിക്കൊന്നും മനസിലായില്ല. അഹമ്മദ്കുട്ടിയുടെ
ചിരി.

"നിങ്ങൾ രണ്ടുപേരും അവിടെ പോയിയിരുന്ന് വാതിലടച്ചു കരയുക.
ഇന്നുപകലും രാത്രിയും തുടർച്ചയായി വേണമെങ്കിൽ കരയാം. സുബൈ
ദയും മക്കളും നാളെ കാലത്തേ തിരിച്ചെത്തുകയുള്ളൂ."

ഞങ്ങൾ അവിടെത്തന്നെ ഇരുന്നു. വിമല വല്ലാതെ വിളറുന്നു. അഹ
മ്മദ്കുട്ടി നിർബന്ധിക്കുന്നു.

"നിങ്ങളവിടെ വാതിലടച്ചിരുന്നു കരയുകയാണെങ്കിൽ എനിക്കുപ
കാരമായിരിക്കും. എനിക്കിവിടെ ഇരുന്ന് ഒരു പുസ്തകം വായിക്കാമല്ലോ."

"ഡോക്ടറേ എന്നെ കൊല്ലാൻ ആരോ നടക്കുന്നു. എന്നെ എന്തി

നാണ് കൊല്ലുന്നത്?" വിമല അഹമ്മദ്കുട്ടിയിൽനിന്ന് ഒരുത്തരത്തിനു വേണ്ടി കാത്തിരിക്കുന്നതുപോലെ അഹമ്മദ്കുട്ടിയുടെ കണ്ണുകളിലേയ്ക്കു നോക്കുന്നു. "വിമലേ നിന്നെ എനിക്കറിയാം. നീ എന്റെ അനുജത്തിയാ ണ്. നിന്നെ ഞാൻ മോഹനന്റെ കൈയിലേൽപ്പിച്ചിരിക്കുന്നു. പിന്നെ ജീ വിതം അത് അതിന്റെ വഴിയിലൂടെ കടന്നുവരും. നീ എന്തിനാണ് ജാല കത്തിലൂടെ പുറത്തുനോക്കുന്നത്? നീ എന്തിനാണ് പട്ടികൾ കുരയ്ക്കു മ്പോൾ പേടിച്ചുപോകുന്നത്? ഞാൻ അപ്പോൾ കൂടുതലൊന്നും സംസാ രിക്കുന്നില്ല. നിങ്ങൾ രണ്ടുപേരും ആ മുറിയിൽ ചെന്ന് കുറെനേരം ഇരുന്ന് സംസാരിക്കുക."

വിമലയുടെ കണ്ണീരിൽ കുതിർന്ന മുഖം. ആ മുഖം ഞാൻ എന്റെ നെഞ്ചുകൊണ്ട് തുടച്ചു. അവളെന്റെ നെഞ്ചിൽ ഏറെ നേരം മയങ്ങിക്കിട ന്നു.

അടച്ചുപൂട്ടിയ മുറി. ഞാനും വിമലയും മാത്രം. എനിക്ക് അകാരണ മായ ഒരുതരം ഭയം.

ഞാൻ വിമലയെ നോക്കിക്കിടന്നു. മനസിൽ ദേവദാസ് കടന്നുവരു ന്നതുപോലെ. അവനോടു ഞാൻ അൽപ്പം നീരസത്തോടെ പറഞ്ഞു, "പോകൂ ദേവദാസ്, നീ കടന്നു പോകൂ, ഈ സമയത്ത് നിന്നെ എനിക്ക് കാണണ്ട. ഇത് നിനക്ക് കടന്നുവരാനുള്ള ഇടമല്ല. നീ താങ്ങാനാവാത്ത വേദന ഞങ്ങളുടെ മനസിലിട്ടുതന്നു പോയവനാണ്."

വിമല എന്നോടു ചേർന്നുകിടന്നു. അവളെന്റെ മീശരോമങ്ങളെ വിര ലുകൾകൊണ്ടോമനിച്ചു. എന്റെ പെണ്ണായവൾ എന്നിൽ ലയിക്കുകയാ യിരുന്നു. വിമലയുടെ ഗന്ധത്തിനായി എന്റെ മൂക്കു വിടർന്നു. വിമലയുടെ താളത്തിലെന്റെ ശരീരം പുളഞ്ഞു. വിമലയുടെ ഓരോ അണുവിലും ഞാൻ എന്നെ കുടിയിരുത്തി. അന്നാദ്യമായി അവളെന്റെ പെണ്ണായി പൊട്ടിച്ചിരിച്ചു. അവളുടെ ശരീരത്തിലെ ഒരു കാക്കപ്പുള്ളി കണ്ട് ഞാൻ ചിരിച്ചു. ആ കാക്കപ്പുള്ളിയെ ഓമനിച്ച് ഞാൻ അവളെ ഇക്കിളിപ്പെടു ത്തി. അവളെ എന്റെ കൈക്കുള്ളിൽ ഒതുക്കിയിട്ട് ഞാൻ ചോദിച്ചു, "വിമലേ നീ എന്റെ ഹൃദയം കാണുന്നുണ്ടോ?"

"ആ ഹൃദയത്തിന്റെ ഉടമയാവാൻ നീ എന്നെ അനുവദിക്കുക."

ഉച്ച കഴിഞ്ഞപ്പോഴാണ് വിമല പോയത്. മുഖം കഴുകാൻപോയ വിമല കുളിച്ചാണ് വന്നത്. അവൾ കുളിക്കുന്ന ഒച്ച എന്നെ രസിപ്പിച്ചു. മുടികോതി പൗഡറിട്ട് എന്റെ നേരെ നോക്കി ചിരിച്ചു. പത്തു ദിവസത്തി നുള്ളിൽ ഞാൻ അവളെ എന്റെ നഗരത്തിലേക്കു കൊണ്ടുപോകുമെന്ന് ഉറപ്പുകൊടുത്തു.

വിമല പോയപ്പോൾ അഹമ്മദ്കുട്ടി പറഞ്ഞു, "എടോ എനിക്കിന്ന് എന്റെ ശാന്തമ്മയെ കാണണം. ചന്ദനമരം ഇന്ന് എന്നെ കാത്തിരിക്കും. നമുക്ക് കുറച്ചുനേരത്തെതന്നെ പോകാം."

നാലുമണിയോടുകൂടി ഞങ്ങൾ പുറപ്പെട്ടു. വളരെ പതുക്കെയാണ് അന്ന് ജീപ്പോടിയത്. അഹമ്മദ്കുട്ടി സന്തോഷത്തിലായിരുന്നു. ഒരുല്ലാ സയാത്രയുടെ ആനന്ദമനുഭവിക്കുന്ന മുഖം. പതിവുപോലെ ഇരുപത്തി യാറാം മൈലിൽനിന്ന് ശാന്തമ്മയും ഞങ്ങളുടെകുടെ പോന്നു.

ശാന്തമ്മ വിമലയെക്കുറിച്ചാണാദ്യം അന്വേഷിച്ചത്. ഒന്നുരണ്ടു വാക്കുകളിൽ ഞാൻ അതിന് മറുപടി പറഞ്ഞു. അഹമ്മദ്കുട്ടിക്ക് ശാന്ത മ്മയുടെ പാട്ട് കേൾക്കണം. ആദ്യം വിസമ്മതിച്ചുവെങ്കിലും ശാന്തമ്മ പതുക്കെ പാടി. ശാന്തമ്മേ അൽപ്പംകൂടി ഉച്ചത്തിലാവാം എന്നു ഞാൻ പറഞ്ഞപ്പോൾ പാട്ട് പെട്ടെന്നങ് നിലച്ചുപോയി. "മോഹനാ ഞാനൊരു കാര്യം പറയാം. നീ എന്നെ ശാന്തമ്മ എന്നുവിളിക്കരുത്. എന്നെ ചേച്ചി എന്നു വിളിക്കണം." എന്നിട്ട് പാട്ട് തുടർന്നു. എസ്റ്റേറ്റിലെത്തുന്നതുവരെ പാടുകയായിരുന്നു. കുളിർത്ത മനസുമായാണ് അഹമ്മദ്കുട്ടി ജീപ്പിൽ നിന്നു ചാടിയിറങ്ങിയത്. മുഖത്ത് ഉന്മേഷത്തിന്റെ പ്രകാശം.

എന്നെ വാച്ച്മാൻ രാമൻനായരെ ഏൽപ്പിച്ചിട്ട് ശാന്തമ്മയും അഹ മ്മദ്കുട്ടിയും എസ്റ്റേറ്റിനുള്ളിലേക്കു പോയി. എനിക്കും അവരുടെ കുടെ നടക്കണമെന്നുണ്ടായിരുന്നു. പക്ഷേ എന്നെ അവർ വിളിച്ചില്ല.

അവർ പോയതിനുശേഷം രണ്ടുതവണ രാമൻനായർ എനിക്ക് ചായ യുണ്ടാക്കിത്തന്നു. എന്നെ ഇങ്ങനെ ഒറ്റയ്ക്കുകിട്ടിയതിൽ രാമൻനായർക്ക് വലിയ സന്തോഷം. വാതോരാതെ സംസാരിക്കുകയായിരുന്നു.

ഞാൻ ഇരുന്നിരുന്നു മടുക്കുന്നു. സംസാരിക്കാനൊരാളെ കിട്ടിയെ ങ്കിലും രാത്രിയാവുന്നതും കാത്തിരിക്കുകയാണ് കിഴവൻ. അയാളുടെ കൈയിൽ വാച്ചുണ്ടായിട്ടും ഇടയ്ക്കിടെ എന്നോട് സമയം ചോദിക്കു ന്നുണ്ട്. അത് എനിക്കൊരു രസമായിരുന്നു. ആ വാച്ചിലൂടെ സമയം കടന്നു പോകുന്നില്ലെന്നുണ്ടോ? ആ വാച്ചിലെ സമയത്തെ രാമൻനായർ അവിശ്വസിക്കുകയാണോ? ഒരുപക്ഷേ തന്റെ കൈത്തണ്ടയിലെ വാച്ചി നെക്കുറിച്ച് മറന്നുപോകുന്നതായിരിക്കും.

അവരെവിടെയായിരിക്കും പോയിട്ടുണ്ടാവുക എന്ന് രാമൻനായരോട് ചോദിച്ചു. ആ അന്വേഷണം രാമൻനായർക്ക് രസിച്ചു. പിന്നെ ഒരു കള്ള ച്ചിരിയുടെ പിറകിലൊളിച്ചുനിന്നുകൊണ്ട് പറഞ്ഞു "വെറുതേ നടക്കുക യായിരിക്കും. ഇതു പകലായിട്ടും പോയി. ഇവർ രണ്ടുപേരും രാത്രി മുഴു വനും എസ്റ്റേറ്റിലൂടെ നടക്കുന്നവരാണ്. ഒരുദിവസം എട്ടുമണിക് പോയിട്ട് പുലർന്നിട്ടാണ് വന്നത്. അവർ എസ്റ്റേറ്റിനുള്ളിൽ നടക്കാൻ പോയാൽ ഞാൻ അന്വേഷിച്ച് ചെല്ലാനൊന്നും പാടില്ല. ഈ നടത്തം മുപ്പർക്ക് വലിയ സുഖമുള്ള ഒരു കാര്യമാണ്. ഡോക്ടറുടെ ഒരു സ്ഥിരം സ്വഭാവമാണി ത്. ഭ്രാന്തന്മാരെ ചികിത്സിച്ച് ഭ്രാന്തുപിടിക്കുമ്പോഴാണല്ലോ ഇങ് മല കയറിപ്പോരുന്നത്. ചില ദിവസങ്ങളിൽ ഡോക്ടർ ഇവിടെ വന്നാൽ ഒരു മുഴുഭ്രാ ന്തനെപ്പോലെ പെരുമാറിക്കളയും. എസ്റ്റേറ്റിനുള്ളിലേക്ക് കയറു

നതിൽ പേടിക്കാനൊന്നുമില്ല. ഡോക്ടറുടെ കീശയിൽ പിസ്റ്റോളൊക്കെ
യുണ്ട്. അല്ലെങ്കിൽ പിസ്റ്റോളെന്തിനാ മരിച്ചുപോയ ബാപ്പ കൂടെയുണ്ടാ
വില്ലേ? ഒരുദിവസം നടുപാതിരക്ക് ഡോക്ടറും ശാന്തമ്മയും കാപ്പിത്തോ
ട്ടത്തിലേക്കുപോയി. നേരം വെളുത്തിട്ടും തിരിച്ചുവന്നില്ല. ഞാൻ ചെന്നു
നോക്കുമ്പോൾ ജമുക്കാളം വിരിച്ചു കിടന്നുറങ്ങുന്നു. ഈ ശാന്തമ്മയ്
ക്കുമുണ്ട് ഡോക്ടറെപ്പോലെതന്നെ ഒരു പാതിഭ്രാന്ത്."

രാമൻനായർ ശാന്തമ്മയെക്കുറിച്ച് നല്ലതുപറയാൻ തുടങ്ങി. സംസാ
രമങ്ങനെ നീളുകയായിരുന്നു. സന്ധ്യയും നീളുകയായിരുന്നു. എട്ടരമണി
കഴിഞ്ഞപ്പോഴാണ് അവർ തിരിച്ചെത്തിയത്. രണ്ടുപേരും എന്റെ അടുത്ത്
വന്നിരുന്ന് എന്നെ നോക്കിചിരിച്ചു. കാപ്പിത്തോട്ടത്തിൽനിന്ന് ഒരുകുടം
സന്തോഷം വീണുകിട്ടിയതുപോലെ ഉണ്ടായിരുന്നു അവരുടെ മുഖം.
രാമൻനായർ പതുങ്ങി മാറിനിൽക്കുന്നു. അഹമ്മദ്കുട്ടി രാമൻനായരോട്
രാത്രിയിലെ ഭക്ഷണത്തെക്കുറിച്ചന്വേഷിച്ചു. അന്നേരം ശാന്തമ്മ അഹ
മ്മദ്കുട്ടിയോട് ചേർന്നിരുന്ന് കാതിലെന്തോ സ്വകാര്യം പറഞ്ഞു. അഹ
മ്മദ്കുട്ടിക്കത് രസിച്ചു. ആ രസം അവസാനിച്ചത് എന്നിൽ തറഞ്ഞുനിന്ന
ഒരു നോട്ടത്തിലാണ്.

"മോഹനാ" അഹമ്മദ്കുട്ടി ഒരു പ്രത്യേക ശബ്ദത്തിൽ നിറഞ്ഞ
വാത്സല്യത്തിൽ എന്നെ വിളിക്കുന്നു. എന്നിട്ട് ഒന്നും പറയാതെ എന്നിൽ
നിന്ന് പിന്മാറുന്നു. മരങ്ങൾക്കിടയിലൂടെ നക്ഷത്രങ്ങളെ നോക്കുന്നു.

"മോഹനാ നീ എനിക്ക് ഒരിക്കലും ഒരന്യനല്ല. എനിക്ക് ഞാൻ തന്നെ
യാണ് നീയും. എന്റെ ജീവിതത്തേക്കാൾ മറ്റുള്ളവരുടെ ജീവിതത്തെ
സ്നേഹിച്ചുകൊണ്ടാണ് ഞാൻ ജീവിതം തുടങ്ങിയത്. സ്നേഹം എന്ന
വാക്ക് എന്റേതല്ല. അവരുടെ ജീവിതംകൂടി ജീവിച്ചുകൊണ്ടാണെന്നു പറ
യാം. എന്റെ ബാപ്പയടക്കമുള്ളവരുടെ മുമ്പിൽ ഞാനൊരു ഭ്രാന്തനായി
രുന്നു. അതുകൊണ്ടാണ് ഞാൻ സൈക്യാട്രി പഠിച്ചത്. അങ്ങനെ എനിക്ക്
ഭ്രാന്തന്മാരുടെ ഇടയിൽത്തന്നെ ജീവിക്കാൻ കഴിഞ്ഞു."

"കാട് കയറാതെ കാര്യം പറയൂ." ശാന്തമ്മ പറഞ്ഞു.

"മോഹനനുവേണ്ടി ഞാനും ശാന്തമ്മയും ഒരു തീരുമാനമെടുത്തി
രിക്കുന്നു. ആദ്യം നീയും വിമലയും തമ്മിലുള്ള രജിസ്റ്റർ മാരേജ് നട
ക്കട്ടെ. പിന്നെ കുറച്ചുനാളത്തേക്ക് രണ്ടുപേരും താമസം ഈ എസ്റ്റേറ്റി
ലേക്ക് മാറ്റുക. എന്റെ കാപ്പിത്തോട്ടത്തിന്റെ മാനേജരായി ഇവിടെ ഈ
ഔട്ട്ഹൗസിൽ താമസിക്കുക. എം ജെയൊക്കെ തൽക്കാലം മറന്നുകള
യുക. ഇവിടെ താമസിച്ചുകൊണ്ട് മറ്റുജോലിക്ക് ശ്രമിക്കാം. ഒരു ഘട്ടം
വരെ മോഹനനുവേണ്ടിയുള്ള എല്ലാ തീരുമാനങ്ങളും ഞാനാണെടുക്കു
ന്നത്. ഇനി ഇന്ന് ഞാൻ ഇതിനെക്കുറിച്ചൊന്നും സംസാരിക്കുകയില്ല."

വാച്ചർ രാമൻനായർ രംഗം കീഴടക്കുകയായിരുന്നു. അയാൾക്ക് സമ
യമായി. വേഗംകഴിഞ്ഞാൽ കഴിയുന്നത്ര നേരത്തെ പുറത്തു പായിട്ട് കിട

ന്നുറങ്ങാം. കുപ്പിയും ഗ്ലാസും ശാന്തമ്മയുടെ ചിരിയും അഹമ്മദ്കുട്ടിയുടെ ജീവിത വേദാന്തവുമായി സമയം നീളുന്നു. എനിക്കൊന്നും സംസാരി ക്കാൻ കഴിയുന്നില്ല. എന്റെ ഈ മൂകത അഹമ്മദ്കുട്ടിയെ അസ്വസ്ഥനാ ക്കുന്നുണ്ട്. അയാൾ അസ്വസ്ഥനാകുന്ന നിരവധി സന്ദർഭങ്ങൾക്ക് ഞാൻ സാക്ഷിയായിരുന്നതാണ്. കൈയിൽ കിട്ടുന്നതെല്ലാം എടുത്ത് നിലത്തെ റിഞ്ഞുടച്ചുകളയും. അല്ലെങ്കിൽ ജീപ്പുമെടുത്ത് എങ്ങോട്ടെങ്കിലും ഓടിച്ചുപോകും. സുബൈദയ്ക്കും ശാന്തമ്മയ്ക്കുമൊക്കെ ഇതറിയാം. രാമൻനായർ പറഞ്ഞതെല്ലാം ശരിയാണ്.

അത് സംഭവിച്ചു. എങ്ങനെയോ അഹമ്മദ്കുട്ടി അസ്വസ്ഥനായി. അയാൾ മൂഢഔട്ടായിത്തീർന്നു.

"മോഹനാ നീയും ശാന്തമ്മയും റൂമിൽ ചെന്ന് എന്തെങ്കിലും സംസാ രിച്ചിരിക്കൂ. എനിക്കിവിടെ കുറെ നേരം തനിച്ചിരിക്കണം. പ്ലീസ് എന്നോട് ഈ നക്ഷത്രങ്ങൾക്കെന്തോ പറയാനുണ്ട്. നിങ്ങളുണ്ടായാൽ....പ്ലീസ്,"

എനിക്ക് വിഷമം തോന്നി. അഹമ്മദ്കുട്ടിയുടെ മനസ്സ് മറ്റൊരു ലോക ത്തേക്ക് പറന്നുപോയി. ശാന്തമ്മയോടും അഹമ്മദ്കുട്ടി സ്നേഹത്തോടെ അപേക്ഷിക്കുകയായിരുന്നു. ശാന്തമ്മ എഴുന്നേറ്റുചെന്ന് അഹമ്മ ദ്കുട്ടിയുടെ മൂർദ്ധാവിൽ ഉമ്മവെച്ച് അകത്തേക്കു നടന്നു. അഹമ്മ ദ്കുട്ടിയുടെ കണ്ണുകൾ എസ്റ്റേറ്റിനുമുകളിലെ നീലാകാശത്തായിരുന്നു. എനിക്ക് വല്ലാത്തൊരു കുറ്റബോധം തോന്നി. ഞാൻ ഇങ്ങനെ ഒന്നും മിണ്ടാതെ ഇരിക്കരുതായിരുന്നു. അഹമ്മദ്കുട്ടിയുടെ മനസിൽനിന്ന് സന്തോഷം പെട്ടെന്ന് പറന്നുപോയതാണ്. എന്റെ മൂകത തന്നെയാണ് അതിനു കാരണം. ശാന്തമ്മയോട് ഞാൻ ഇതെല്ലാം പറഞ്ഞപ്പോൾ അവൾ എന്നെ കളിയാക്കി ചിരിച്ചു. മണ്ടാ എന്ന് മൂന്നുതവണ വിളിച്ചിട്ട് പറഞ്ഞു: "അല്ല അദ്ദേഹം ഇങ്ങനെയൊക്കെയാണ്. ചിലപ്പോൾ രണ്ടും മൂന്നും മണിക്കൂർ എസ്റ്റേറ്റിനകത്ത് പോയി തനിച്ചിരിക്കും. ഒരുദിവസം ഇരുപത്തിയാറാം മൈലിൽനിന്ന് എന്നെയും കൂട്ടി ഇവിടെ വന്നിട്ട് ഒര ക്ഷരം ഉരിയാടാതെ നേരം വെളുപ്പിച്ചു. നീ അറിയുമോ എനിക്ക് മദ്യം വെറുപ്പാണ്. അഹമ്മദ്കുട്ടിക്കുവേണ്ടി മാത്രമാണ് ഞാൻ കുടിക്കുന്നത്. എനിക്ക് അഹമ്മദ്കുട്ടിയെ നന്നായറിയാം. എനിക്ക് മാത്രമേ അഹമ്മ ദ്കുട്ടിയെ അറിയാവൂ. മറ്റാരും വിചാരിക്കുന്ന ബന്ധമല്ല ഞാനും അഹ മ്മദ്കുട്ടിയും തമ്മിലുള്ളത്. ഞങ്ങളുടേത് അവസാനിക്കുന്ന ബന്ധവുമ ല്ല. അടുത്ത ജന്മത്തിലും ഞങ്ങളിങ്ങനെത്തന്നെയായിരിക്കും."

ശാന്തമ്മ എന്റെ മുടിയിൽ വിരലുകളോടിച്ച് വാത്സല്യപൂർവം രസി ക്കുകയായിരുന്നു. ശാന്തമ്മയുടെ സ്നേഹം എന്റെ മനസിനെ എങ്ങോ ട്ടെല്ലാമോ കൊണ്ടുപോവുകയായിരുന്നു. ഞാൻ അവളുടെ നട്ടെല്ല് തേടു കയായിരുന്നു. എവിടെയോ ശാന്തമ്മ സ്വർഗീയമായ സംഗീതം ഒളിപ്പി ച്ചുവെച്ചിട്ടുണ്ട്. അഹമ്മദ്കുട്ടിക്കായി ഒളിപ്പിച്ചുവെച്ച ആ സംഗീതത്തിന്റെ ഉറവിടം അവളുടെ നട്ടെല്ലുതന്നെയാവണം. ആ നട്ടെല്ല് തേടിപ്പിടിക്കാൻ

എന്റെ വിരലുകൾക്കാവില്ലെന്ന് എനിക്ക് മനസിലായി. നട്ടെല്ല് തിരഞ്ഞു തിരഞ്ഞ് ഞാൻ കരഞ്ഞുപോയി. ശാന്തമ്മയുടെ മടിയിൽ എന്റെ കണ്ണീരുവീണു. ഞാൻ ആ മടിയിൽ മുഖംചേർത്ത് കരഞ്ഞു. എന്റെ കണ്ണീര് ശാന്തമ്മ നിസ്സംഗമായി ഏറ്റുവാങ്ങുമ്പോൾ മനസ്സ് ആശ്വാസം കൊണ്ടു.

"ചേച്ചീ ഇന്നേവരെ ഞാൻ നിങ്ങളോട് ചെയ്ത തെറ്റുകൾ ക്ഷമിക്കണം." എന്നിട്ട് ഞാൻ ആ പാദങ്ങൾ എന്റെ മൂർദ്ധാവിലെടുത്തുവെച്ചു.

ഒമ്പത്

ജീവിതത്തിലേക്ക് അഹമ്മദ്കുട്ടി ഒരു വഴി കാണിച്ചുതരുന്നു. ആ വഴി വിമല ശങ്കിക്കുകയാണ്. തുടർച്ചയായി മൂന്നു വൈകുന്നേരങ്ങളിൽ അഹമ്മദ്കുട്ടി അവളോടു സംസാരിച്ചു. അറിയാതെ നനയുന്ന കണ്ണുക ളല്ലാതെ മറുപടിയൊന്നുമില്ല. അവളുടെ മൂകത അഹമ്മദ്കുട്ടിക്ക് മടുപ്പു ളവാക്കുകയാണ്. "സ്ത്രീ ഇങ്ങനെയാണ്." അഹമ്മദ്കുട്ടി പറഞ്ഞു. "അവളെപ്പോഴും തേടിക്കൊണ്ടിരിക്കുന്നത് ശക്തിയാണ്. പുരുഷനിൽ നിന്ന് മറ്റൊന്നുമല്ല അവൾക്കു വേണ്ടത്. കൂടുതൽ കൂടുതൽ ശക്തി. അവൾ ആനന്ദിക്കുന്നതും ആഹ്ലാദം കൊള്ളുന്നതും ആരാധിക്കുന്നതും ഈ ശക്തിക്കുമുമ്പിലാണ്. വിമലയുടെ മൂകത അവൾ ലക്ഷ്യംവയ്ക്കുന്ന ശക്തിയെക്കുറിച്ചുള്ള സംശയത്തിൽനിന്നാണ്. അബോധമനസിലാവാം ഇതെല്ലാം കുടികൊള്ളുന്നത്."

മഴക്കാലത്തെ നിലാവും സ്ത്രീകളുടെ മനസും ഒരു പോലെയാ ണെന്നു പറഞ്ഞ അജ്ഞാതനായ ആളെ കളിയാക്കി അഹമ്മദ്കുട്ടി ചിരി ച്ചു. എന്നിട്ട് എല്ലാ തീരുമാനങ്ങളും വിമലയ്ക്കു വിടാൻ എന്നോടു പറ ഞ്ഞു.

ഒരാഴ്ച കഴിഞ്ഞിട്ടും വിമല തീരുമാനമൊന്നും എടുക്കുന്ന ലക്ഷ ണമില്ല. ഞാൻ എം ജെ വിട്ടമട്ടായി. നഗരത്തിൽനിന്ന് എന്റെ സഹപാഠി കൾ കത്തെഴുതി അന്വേഷിക്കുന്നുണ്ടായിരുന്നു. പകൽസമയത്ത് വീട്ടിലെ എന്റെ മുറിയിൽ ജനലോരം ചാരി പഴയ ഇരിപ്പുതന്നെ. ആരും എന്നെ ഗൗനിക്കുന്നുമില്ല. എന്നോടൊന്നും ചോദിക്കുന്നുമില്ല. അവൻ അവന്റെ വഴിയിലൂടെ പോട്ടെ, പോയെങ്ങനെയെങ്കിലും തുലയട്ടെ എന്ന മട്ട്. അമ്മ എന്നെ പൂർണമായും കയ്യൊഴിച്ചുപോലെയുണ്ട്. അച്ഛൻ സദാസമയവും

ഭാഗവത്ത്തിന് മുമ്പിലാണ്. ദൈവചിന്തയിലല്ലാതെ തനിക്കു മറ്റൊന്നിലും താൽപ്പര്യമില്ല എന്ന് അച്ഛന്റെ മുഖം പറയുന്നുണ്ടായിരുന്നു.

ജയരാജൻ മാത്രം എന്നെ വിടുന്നമട്ടില്ല. അവൻ കൂടക്കൂടെവരുന്നു. അടുക്കളയിൽ അമ്മയുടെ സമീപം കസാലയിട്ട് ഇരുന്നാണ് അധികനേ രവും സംസാരം. എന്റെ മുറിയിലും വരും. ഒരു കള്ളനെപ്പോലെയാണ് ആ വരവ്. ശല്യം വന്നാൽ പിന്നെ മനസ്സ് കാട്ടുകുരങ്ങിന്റെ കൂടുപോലെ യാവും.

വിമല അഹമ്മദ്കുട്ടിയുടെ വീട്ടിൽവരുന്നതും ഞാൻ അവളെ അവി ടെവെച്ച് കാണുന്നതുമൊക്കെ ജയരാജനറിയാം. അഹമ്മദ്കുട്ടിയെക്കുറിച്ചും അവൻ കഥകൾ പറഞ്ഞു പരത്തുന്നു. അഹമ്മദ്കുട്ടിയെ കണ്ണൻമാസ്റ്ററും അപമാനിച്ചു നടക്കുന്നുണ്ട്. കണ്ണൻമാസ്റ്റർക്കിപ്പോൾ ദേവദാസും ആരുമല്ലാതായിത്തീർന്നു. വിമലയാകട്ടെ വട്ടിമുക്കിലെ പാറുവിനേക്കാൾ മോശപ്പെട്ടവളായി. ഞങ്ങളെക്കുറിച്ചുള്ള രഹസ്യം ഇപ്പോഴാണ് കണ്ണൻമാ സ്റ്റർക്ക് പിടികിട്ടിയത്. കഞ്ചാവും കള്ളുമായിരുന്നു. വ്യഭിചാരവും തെമ്മാ ടിത്തവുമായിരുന്നു. വിമല രണ്ടുപേർക്കും ഒരുപോലെ വാണവളാണ്. ഈ ചെക്കൻമാർ രണ്ടും അവളെ ഡാം സൈറ്റിലെ ഗസ്റ്റ്ഹൗസിൽ കൊണ്ടുപോകുമായിരുന്നു. പലപ്പോഴും പൊലീസ് റെയ്ഡ് ചെയ്തു പിടി ച്ചിട്ടുണ്ട്. മൂന്നോ നാലോ തവണ വിമല ഗർഭിണിയായി. രണ്ടുപേരുടെയും കൂടെ കൊഞ്ചിക്കുഴഞ്ഞ് നെറിയില്ലാതെ ജീവിച്ച് ഒരുത്തനെ മണ്ണുരേക്ക യച്ച് മറ്റൊരുത്തന്റെ കൂടെ ലളിത ചമഞ്ഞുനടക്കുന്നു. ഈ ലളിതയെ മണ്ണുരേക്കുപോയവൻ മറ്റവന്റെ കൈയിലേൽപ്പിച്ചിട്ടാണ് പോയത്.

കണ്ണൻമാസ്റ്റർ പറഞ്ഞുനടക്കുന്നതറിയുമ്പോഴെല്ലാം ഞാൻ കര ഞ്ഞുപോകുന്നു. എനിക്കൊന്നും തിരിയാതാവുന്നു. മനുഷ്യൻ എന്ന ജീവി പേടിപ്പിക്കുന്നു. മനുഷ്യനിൽ വിശ്വാസമില്ലാതാകുന്നു. അഹമ്മദ്കുട്ടിക്കി തിലൊന്നും അത്ഭുതമില്ല. മനുഷ്യൻ ഇങ്ങനെയൊക്കെയാണ്. അവന് ഒരുപാട് മറുപുറങ്ങളുണ്ട്. അതിലൊന്നാണിത്. വാല് പോയെന്നേയുള്ളൂ. ആ വാല് എങ്ങോട്ടും പോയിട്ടില്ല. അത് ഉൾവലിഞ്ഞു നിൽക്കുന്നു. ലൈംഗികത ഒഴിഞ്ഞുപോയ മനസിന്റെ നായ്ക്കളിയാണിത്. വേണമെ ങ്കിൽ കണ്ണൻമാസ്റ്ററുടെ ഈ മാറ്റത്തെ ഒരു രോഗമായി കരുതാം. രോഗം തന്നെയാണ്. പക്ഷേ ചികിത്സയില്ല. ചികിത്സയും മരുന്നുമില്ലാത്ത ഇത്തരം അനേകം രോഗങ്ങൾക്കടിമപ്പെട്ടുകൊണ്ടാണ് മനുഷ്യൻ മരിച്ച് ഇടമൊഴിഞ്ഞുകൊടുക്കുന്നത്.

എനിക്കിങ്ങനെ വെറുതെ ഇരിക്കാൻ കഴിയുന്നില്ല. മനസ്സ് തെന്നു ന്നു. ഉറക്കമില്ല. മിക്ക രാത്രികളിലും ഞാൻ അഹമ്മദ്കുട്ടിയുടെ വീട്ടിലെ ഗസ്റ്റ്റൂമിൽത്തന്നെയാണുറങ്ങുക.

ഞായറാഴ്ച വിമല വന്നു. അന്ന് സുബൈദയും മക്കളും ഉണ്ടായി

രുന്നു. ഞങ്ങൾ മാറി ഇരുന്നു സംസാരിച്ചു.

"വിമലേ ഇപ്പോഴും നിന്റെ മനസ്സ് എങ്ങോട്ടോ പോകുന്നു. നീ എന്താണ് ചിന്തിക്കുന്നതെന്ന് എന്നോട് തുറന്നു പറയു. നീ ഒരു സാധാ രണ സ്ത്രീയാവാതിരിക്കൂ."

"മോഹനാ എനിക്കൊരു തീരുമാനവുമെടുക്കാൻ കഴിയുന്നില്ല. എനി ക്കുവേണ്ടി എല്ലാ തീരുമാനങ്ങളും മോഹനനെടുക്കുക. മോഹനനല്ലാതെ എനിക്ക് മറ്റാരുമില്ല."

"എങ്കിൽ ഞാൻ തീരുമാനമെടുത്തിരിക്കുന്നു."

വിമല പോയി. ഞാൻ ഒരുദിവസം മനസിൽ കാണുകയായിരുന്നു. ഒരാഴ്ചയ്ക്കപ്പുറം പോകേണ്ട എന്ന് എന്റെ മനസ്സ് തീരുമാനിച്ചു.

വിമല പോകുമ്പോൾ ഒന്നുരണ്ടുതവണ തിരിഞ്ഞുനോക്കി ചിരിച്ചി രുന്നു. സുബൈദയും അഹമ്മദ്കുട്ടിയും ആ ചിരി കണ്ടില്ല. അവളുടെ ചിരി ഒരു മുല്ലവള്ളിപോലെ എന്റെ കഴുത്തിലേക്കു പടർന്നു കയറുന്നു. അവൾ എന്നോട് ഒട്ടിച്ചേരുന്നു. ഒരു കദളിവാഴപോലെ എന്നിലേയ്ക്കു ചരിയുന്നു. ഉള്ളിൽ നിന്നാരോ പറയുന്നു, മോഹനാ നിന്റെ ജീവിതത്തി ന്മേലാണവൾ ഒട്ടിച്ചേരുന്നത്. നിന്റെ മുമ്പിലേക്കു നീങ്ങിയെത്തുന്ന ജീവിതം സ്വപ്നശകലങ്ങളല്ല. ഇല്ല ഞാൻ പേടിക്കുന്നില്ല.......

മനസ്സ് ഓരോ നിമിഷവും ചോദിക്കുന്നു, വിമലേ നിന്റെ മനസിൽ ഞാനാരാണ്? നിനക്ക് ഞാൻ ദേവദാസോ മോഹനനോ? കാക്കപ്പുള്ളിയെ ഓമനിക്കുന്നതിനിടയിൽ അന്നു ഞാൻ ചോദിച്ചിരുന്നു. ഇനി ദേവദാസിന് നമ്മുടെ ജീവിതത്തിലുള്ള സ്ഥാനമെന്തായിരിക്കും? എന്റെ ഭർത്താവ്. അവന്റെ പേര് മോഹനൻ എന്നായിത്തീർന്നു. നീ എന്നെ മോഹനൻ എന്നോ ദേവദാസ് എന്നോ വിളിക്കുക? മോഹനൻ എന്നുതന്നെ വിളി ക്കും. പക്ഷേ മോഹനാ നീ എന്നും എന്റെ ദേവദാസായിരിക്കണം.

തിരിഞ്ഞുനോക്കാതെ ഞാൻ നടന്നുപോകുന്നു. തിരിഞ്ഞുനോക്കി യാൽ ഞാൻ മലർന്നടിച്ചുവീണുപോകും. ഈ യാത്രയിൽ അച്ഛനും അമ്മ യുമില്ല. അവരെ ഞാൻ കണ്ണീരിലാഴ്ത്തിയിരുന്നു. കുടികുടുംബങ്ങളില്ല. അവർക്കൊന്നും ഇനി ഞാനാരുമല്ല. ഞാൻ അനാഥനായിത്തീർന്നു.

ഒരു പഴയ കെട്ടിടത്തിലെ ജീർണിച്ച മുറിയിൽവച്ച് ഞങ്ങളുടെ വിവാഹം നടന്നു. പെൻഷൻ പറ്റാറായ മഹേശ്വരിയമ്മ ഞങ്ങളെ കണ്ണടയ്ക്കിടയിലൂടെ സൂക്ഷിച്ചുനോക്കി. കുട്ടിക്ക് മോഹനനെ ഇഷ്ട മാണോ എന്ന് വിമലയോടും മോഹനന് വിമലയെ ഇഷ്ടമാണോ എന്ന് എന്നോടും ചോദിച്ചു. അന്നേരം അഹമ്മദ്കുട്ടി ചിരിച്ചുകൊണ്ട് അങ്ങോട്ടു കയറിവന്നു. പിന്നെ അവർ ഒന്നും ചോദിച്ചില്ല. ശിപായി അടയാളപ്പെ ടുത്തി തന്നേടത്തെല്ലാം ഒപ്പുവെച്ചു. അഹമ്മദ്കുട്ടിയും അയാളുടെ സ്നേഹിതൻ ചന്ദ്രമോഹനനുമായിരുന്നു സാക്ഷികൾ. സുബൈദയുടെ

കൂടെയാണ് വിമല റജിസ്ട്രാർ ഓഫീസിൽ എത്തിയത്.

രാവിലെ വീട്ടിൽ നിന്നിറങ്ങുമ്പോൾ ഞാൻ അച്ഛനോടും അമ്മ യോടും കാര്യം പറഞ്ഞു. അമ്മ മുറ്റത്തേക്കൊന്നു കാർക്കിച്ചുതുപ്പി, പിന്നെ മിണ്ടാതെ അകത്തുകയറി എന്റെ നേരെ വാതിലടച്ചു. പക്ഷേ പെട്ടെന്ന് അമ്മതന്നെ ആ വാതിൽ തുറന്നിട്ടു. ഇനി ഞാൻ നിന്റെ അമ്മയല്ല എന്നു പറഞ്ഞതാണെന്ന് എനിക്കു മനസിലായി. അമ്മയുടെ ഹൃദയത്തിൽനിന്ന് ഞാൻ ഒഴിഞ്ഞു. എനിക്ക് അമ്മ പിണ്ഡംവയ്ക്കുകയും ചെയ്തു.

എല്ലാം കണ്ടുകൊണ്ട് ഉമ്മറത്തെ ചാരുകസാലയിൽ ഇരിക്കുകയാ യിരുന്ന അച്ഛൻ എന്നെ അടുത്തുവിളിച്ചു. അച്ഛന്റെ മുമ്പിൽ തലതാഴ്ത്തി നിൽക്കാൻ കോലായിലെ തൂണാണ് എന്നെ താങ്ങിയത്. അച്ഛന്റെ തൊണ്ട ഇടറുന്നു. എന്തൊക്കെയോ പറയുന്നു. എനിക്കൊന്നും പറയാൻ കഴിയുന്നില്ല. അച്ഛാ എന്നെ എന്നെന്നേക്കുമായി മറന്നുകളയൂ എന്നു പറയണമെന്നുണ്ടായിരുന്നു.

അച്ഛൻ പറഞ്ഞു, "മോനേ ഈ നിലയിൽ നിന്നെ എനിക്ക് ഭയമുണ്ട്. ജീവിതത്തിൽ നീ ഒന്നുമായിത്തീർന്നിട്ടില്ല. ജീവിതത്തെ നേരിടാൻ നിനക്കു കഴിയുമോ എന്നു ഞാൻ ഭയക്കുന്നു. ഏതായാലും നീ പോയി വാ."

ഞാൻ അച്ഛന്റെ കാലുതൊട്ടു നമസ്കരിച്ചാണിറങ്ങിയത്. എവി ടെയോ ഒരുനിമിഷം മാത്രം എന്റെ മനസൊന്നു കുളിർത്തു. അച്ഛന്റെ മുമ്പിലേക്കു ചാടിവീണ അമ്മ എന്തൊക്കെയോ വിളിച്ചുപറഞ്ഞു കരയു ന്നു. ഞാൻ വേഗം നടക്കുകയായിരുന്നു. അമ്മ എന്നോട് ഒരിക്കലും ക്ഷമിക്കുകയില്ല.

കണ്ണൻമാസ്റ്ററെ ഞാൻ കണ്ടിട്ടില്ല. പലതവണ ആലോചിച്ചതാണ് വിവരമൊന്നു പറഞ്ഞാലോ എന്ന്. മനസ്സ് പിന്നോട്ടു വലിഞ്ഞു. എന്തിന് അത്രയും ദൂരത്തിലാണല്ലോ കണ്ണൻമാസ്റ്റർ നിൽക്കുന്നത്.

എല്ലാം എന്തിനാണിങ്ങനെ ഇത്രയുംവേഗം സംഭവിച്ചത് എന്ന ചിന്ത യിലായി മനസ്സ്. മറ്റൊരു ദുരന്തം ഒരുങ്ങിവരികയാണോ? വരട്ടെ. ഒരു മഴപ്പാറ്റപോലെ കരിഞ്ഞുപോകാനാവാം ഇതെല്ലാം സംഭവിക്കുന്നത്.

സുബൈദയുടെകൂടെ വിമല കടന്നുവരുമ്പോൾ ശാന്തമ്മ ഇരുപ ത്തിയാറാം മൈലിൽ നിന്നെന്നെ നോക്കുകയായിരുന്നു. ആ ചിരി കാതിൽ വീഴുന്നു. വരണം വരണമെന്ന് പറഞ്ഞപ്പോൾ വെറുതെ ചിരിക്കുകയാ യിരുന്നു. സുബൈദയുടെ സ്ഥാനത്ത് ശാന്തമ്മയായിരുന്നെങ്കിൽ ചിരിച്ചും ഓടിച്ചാടിയും ഈ രംഗം കീഴടക്കുമായിരുന്നു. ഞാൻ അഹമ്മദ്കുട്ടിയോട് പറഞ്ഞു, "ഇരുപത്താറാം മൈലിലെ ചന്ദനമരംകൂടി ഉണ്ടായിരുന്നെ ങ്കിൽ..." അഹമ്മദ്കുട്ടി തെല്ലൊരു ഖേദത്തോടെ പറഞ്ഞു: "ഞാനും ചന്ദ നമരത്തെക്കുറിച്ചുതന്നെയാണ് ആലോചിച്ചുകൊണ്ടിരിക്കുന്നത്. ഇന്ന്

വലിയ സന്തോഷത്തിലായിരിക്കും. ഇന്ന് കാലത്ത് വിമലയ്ക്കും മോഹ നനും വേണ്ടി പ്രാർഥിക്കാൻ എട്ടുമൈലകലെയുള്ള മലയിലെ അമ്പല ത്തിൽ പോയിരിക്കും."

രജിസ്ട്രാറുടെ ഓഫീസിനകത്തുള്ളവരെല്ലാം എന്നെയും വിമല യെയും നോക്കുകയായിരുന്നു. മുറിയുടെ ഒരു മുലയിൽ ഒതുങ്ങിനിൽക്കുന്ന വിമലയെ കണ്ടപ്പോൾ എനിക്ക് ഖേദംതോന്നി. സുബൈദ അവളെ തൊട്ടു കൊണ്ടുതന്നെ നിൽക്കുന്നുണ്ട്.

രജിസ്ട്രാപ്പീസിനകത്തുനിന്ന് ഞങ്ങൾ കാലെടുത്തു പുറത്തുവെ ച്ചത് വിമലയുടെ അച്ഛന്റെ മുമ്പിലാണ്. വിയർത്തൊലിച്ച് കരയാൻ തുട ങ്ങുന്ന മുഖവുമായി നിസ്സഹായനായി നിൽക്കുന്നു. എന്തൊരു പരീക്ഷ ണമാണ് ദൈവമേ എന്ന് മനസ്സ് ചോദിക്കുകയായിരുന്നു. ഞാൻ അദ്ദേ ഹത്തിന്റെ അരികിൽ ചെന്നുനിന്നു. അവിടെ അങ്ങനെ നിൽക്കുകയല്ലാതെ എനിക്ക് മറ്റൊന്നും പറയാനില്ലായിരുന്നു. വിമലയും അവളുടെ അച്ഛന്റെ മുമ്പിൽ വന്നു നിൽക്കുന്നു. അഹമ്മദ്കുട്ടി ഞങ്ങളെ മൂന്നുപേരെയും നോക്കി നിൽക്കുന്നു. ചിരിക്കാൻ ശ്രമിക്കുന്നു. ഞങ്ങൾ മൂകമായി വിങ്ങി വിങ്ങി മനസിൽ പിടയുന്നു.

അഹമ്മദ്കുട്ടി വിമലയുടെ അച്ഛനോട് ചെറുതായൊന്നു ചിരിച്ചു. അന്നേരം വിമലയുടെ അച്ഛൻ വിതുമ്പിക്കരഞ്ഞുപോയി. അഹമ്മദ്കുട്ടി അദ്ദേഹത്തിന്റെ കയ്യും പിടിച്ച് കുറച്ചകലെയുള്ള തണലിലേക്കു നീങ്ങി. കൂടെ വിമലയും ചെല്ലുകയായിരുന്നു. നിസ്സഹായനായി മരത്തണലിൽ നിൽക്കുന്ന വിമലയുടെ അച്ഛന്റെ മുഖം എന്നെ നൊമ്പരപ്പെടുത്തി. അദ്ദേഹം ആ നിമിഷത്തിൽ എന്നെ ശപിക്കുകയായിരുന്നിരിക്കണം. എന്റെ ഹൃദയം മുറിയുന്നതുപോലെ. ഭാരം വന്നുനിറയുന്നതുപോലെ. ഡോക്ടർ ചന്ദ്രമോഹനനോട് ഞാൻ പറഞ്ഞു, "എനിക്കെവിടെയെങ്കിലും പോയൊന്ന് ഇരിക്കണം."

പിന്നെ എന്റെ ഹൃദയത്തിന്റെ ആ വല്ലാത്ത ഭാരം അൽപ്പമൊന്നു വ്യത്യാസപ്പെട്ടത് അച്ഛനും മകളും കെട്ടിപ്പിടിച്ചു കരയുന്നതു കണ്ടപ്പോ ഴാണ്. അപ്പോഴും അഹമ്മദ്കുട്ടി ചിരിക്കുകയായിരുന്നു. അച്ഛനെയും മക ളെയും തനിയെ വിട്ടിട്ട് അഹമ്മദ്കുട്ടി ഞങ്ങളുടെ അടുത്തേക്കു വന്നു.

"കരയട്ടെ, കുറച്ചുനേരം കരഞ്ഞാൽ എല്ലാം തീരും. നാലഞ്ചു ദിവസം കഴിഞ്ഞാൽ നന്നായി ചിരിക്കും. അത്രയെ ഉള്ളൂ. പക്ഷേ, ആ മനുഷ്യൻ നല്ല ഒരച്ഛനാണ്. വിവരമറിഞ്ഞിവിടെ ഓടിയെത്തിയല്ലോ." അങ്ങനെയെന്തൊക്കെയോ സംസാരിച്ച് മനസിനെ മറ്റൊരവസ്ഥയിലേക്കു പിടിച്ചുകൊണ്ടുപോയി അഹമ്മദ്കുട്ടി. എന്നിട്ട് ഞങ്ങളിൽനിന്നുമാറി അഹ മ്മദ്കുട്ടി മുറ്റത്തുടെ വെറുതേ നടന്നു. വിമലയും അച്ഛനും സംസാരിക്കു ന്നു. ഞങ്ങൾ മൂന്നു ദ്വീപുകളിലായി. വിമലയുടെ അച്ഛന്റെ അടുത്തു

ചെന്നുനിൽക്കാൻ എന്നെ എല്ലാവരും നിർബന്ധിച്ചു. ഞാൻ പതുക്കെ അങ്ങോട്ടുനടന്നു.

"ഞങ്ങൾക്കു മാപ്പുതരണം." ഞാൻ പറഞ്ഞു. അദ്ദേഹം വേദനയും നിരാശയും കടിച്ചിറക്കുകയായിരുന്നെങ്കിലും ഞങ്ങളോടു ക്ഷമിക്കുന്നതും ആ മുഖത്തുകാണാമായിരുന്നു. അദ്ദേഹത്തിന് എന്നോടൊന്നും പറയാൻ കഴിയുന്നില്ല. എനിക്ക് പറയണമെന്നുണ്ട്. ഞങ്ങളുടെ ജീവിതത്തിൽ എന്തൊക്കെയോ സംഭവിച്ചു. എല്ലാം വിധി. ദുരൂഹമായിത്തീർന്ന വിധി. വിധി ഞങ്ങളുടെ ജീവിതത്തെ ഒരു നാടകമാക്കിത്തീർത്തു എന്ന് ഞാൻ എന്നോടുതന്നെ പറഞ്ഞു.

അഹമ്മദ്കുട്ടി അയാളുടെ വീട്ടിൽ ഞങ്ങൾക്ക് ഭക്ഷണമൊക്കെ ഒരു ക്കിയിരുന്നു. വിമലയുടെ അച്ഛനെ അഹമ്മദ്കുട്ടി കൈപിടിച്ചും നെഞ്ചോടു ചേർത്തും ക്ഷണിച്ചുനോക്കി. സുബൈദയും ഡോക്ടർ ചന്ദ്രമോഹനനും ചെന്ന് ക്ഷണിച്ചു. അദ്ദേഹം വന്നില്ല. ആരോടും യാത്ര ചോദിക്കാതെ യാണ് അദ്ദേഹം പോയത്.

വധുവരന്മാരടക്കം പതിനൊന്നുപേരുള്ള കല്യാണസദ്യ. സുബൈ ദയും അഹമ്മദ്കുട്ടിയുമാണ് ഭക്ഷണം വിളമ്പിയത്. കോഴിയിറച്ചിയും മത്സ്യക്കറിയുമൊക്കെയുണ്ടായിരുന്നു. എങ്ങനെയാണ് അഹമ്മദ്കുട്ടി ആ പണി പറ്റിച്ചതെന്ന് എനിക്കിന്നും മനസിലായിട്ടില്ല. എനിക്കും ഡോക്ടർ ചന്ദ്രമോഹനനും കുടിക്കാൻതന്ന വെള്ളം ജിന്നായിരുന്നു. അഹമ്മദ്കുട്ടി കുടിച്ചതെന്താണെന്നറിഞ്ഞുകൂടാ. മറ്റാരും അത് മനസിലാക്കിയുമില്ല. വിമ ലയും സുബൈദയുമൊഴികെ മറ്റെല്ലാവരും ജിന്നാണോ കുടിച്ചതെന്നും അറിഞ്ഞുകൂടാ. ആ ജിന്നിന്റെ ബലത്തിൽ ഞാൻ അഹമ്മദ്കുട്ടിയോടും സുബൈദയോടും പതിവില്ലാത്ത വിധത്തിൽ വാചാലനായത് ഇപ്പോഴും ഓർക്കുന്നുണ്ട്.

ഞങ്ങളുടെ ആദ്യരാത്രിയും അഹമ്മദ്കുട്ടിയുടെ വീട്ടിലെ ഗസ്റ്റുറൂ മിൽത്തന്നെയായിരുന്നു. ആ മുറിയിൽഅന്ന് അത്തറിന്റെ മണമുണ്ടായി രുന്നു. സുബൈദയോ അഹമ്മദ്കുട്ടിയോ ആരാണ് അത്തറുപുശിയതെ ന്നറിയില്ല. വാസ്തവത്തിൽ അത് ഞങ്ങളുടെ ആദ്യരാത്രി ആയിരുന്നി ല്ല. എന്നാലും ആ രാത്രിയെ ഞങ്ങൾ സ്നേഹിച്ചു. ആ രാത്രിയുടെ ഓർമ കൾ ഞങ്ങൾ ജീവിതത്തിലേക്കു കൊണ്ടുപോയി.

വിമലയുടെ മൂർദ്ധാവിലാണ് അന്നുരാത്രി എന്റെ ആദ്യത്തെ ചുംബനം. ആ ചുംബനം ദീർഘമായ ഒരു മന്ത്രംപോലെ നീണ്ടുനിന്നു. അവളുടെ മുടികൊണ്ട് എന്റെ മുഖം പൊതിഞ്ഞു. അവളുടെ ചുമലുക ളിൽ ഞാൻ എന്റെ താടികൊണ്ടു തടവി. അവളുടെ വയറിന്റെ മൃദുലത യിൽ എന്റെ വിരലുകൾ ലയിച്ചു. ഒരു അരുവിയിലെന്നപോലെ എന്നിൽ അവളും അവളിൽ ഞാനും നീന്തുകയായിരുന്നു. ഞാനവളുടെ കാൽവി

രലുകളെ ഓമനിച്ചു. അവളുടെ പാദങ്ങൾ എന്റെ ചുംബനത്തിന്റെ സുഖ മറിഞ്ഞു. അവളുടെ അരയിലെ ഉറുക്കുകെട്ടിയ വെള്ളി അരഞ്ഞാണം ഊരി എന്റെ കഴുത്തിലണിഞ്ഞു ചിരിച്ചു. അവൾ മറ്റൊരു വിമലയായി മാറുന്നതുകണ്ട് ഞാൻ ആനന്ദിക്കുന്നു. ജീവിതമായി എന്റെ നെഞ്ചില വൾ മലർന്നുകിടക്കുന്നു. എന്റെ മാത്രം പെണ്ണായിത്തീർന്ന് അവൾ ജീവി തത്തെ സ്വയം വരിച്ചുതുടങ്ങിയ രാത്രി.

നേരം പുലർന്നു. ഒരു കദളിവാഴത്തടപോലെ അവളെന്റെ മാറിൽ മയങ്ങുന്നു. പ്രഭാതം അവളിൽ അനുകമ്പ ചൊരിയുന്നതുപോലെ എനി ക്കുതോന്നി. അവളെ പൂർണമായി എന്നോടു ചേർത്തുപിടിച്ചുകൊണ്ട് ഞാൻ വെറുതേ കണ്ണ് തുറന്നുകിടന്നു. മനസ്സ് മുന്നിലും പിന്നിലും നോ ക്കാൻ ഭയപ്പെടുന്നു. പേടിപ്പിക്കുന്ന ജീവിതം പിന്നിട്ട ജീവിതം ഇട്ടേച്ചു പോയ ഓർമകളോട് വിടപറയും. പക്ഷേ മുന്നിലെ ജീവിതം കഴുത്തില ണിയുകതന്നെ വേണം.

ഞാൻ വിമലയെ വാരിയെടുത്ത് അവളുടെ കണ്ണുകളിലേക്കുതന്നെ നോക്കി ഇരുന്നു. ഒന്നുറങ്ങാൻ അനുവാദം ചോദിക്കുന്ന കണ്ണുകളിൽ ഞാൻ ഉമ്മവെച്ചു.

വിമല കുളിച്ച് വീട്ടിലേക്കുപോകാൻ തയാറാവുന്നു. എങ്ങനെയാ യിരിക്കും അവളെ അവളുടെ അച്ഛനും അമ്മയും സ്വീകരിക്കുക. അവർ അവളെ വീടിന്റെ പടികയറ്റിയില്ലെങ്കിലോ? വേണ്ട നീയങ്ങോട്ട് പോകേണ്ട എന്നു ഞാൻ പറഞ്ഞു. അവളെന്റെ മനസിലേക്കുനോക്കി ചിരിച്ചു.

"മോഹനാ ഇനി ഞാനാണ് തീരുമാനമെടുക്കുന്നത്. ഞാൻ എന്താ യാലും എന്റെ വീട്ടിലേക്കു പോകുന്നു. ഇന്നലെവരെയുള്ള വിമലയായി ട്ടല്ല മോഹനന്റെ ഭാര്യയായിട്ടാണ്. തൽക്കാലം അവിടെ താമസിച്ചുകൊ ള്ളാം. ഒരുനാൾ ഞാൻ മോഹനന്റെ വീട്ടിലും വരും. അങ്ങനെ കാലം വരാതിരിക്കില്ല. അഹമ്മദ്കുട്ടി ഡോക്ടറുടെ എസ്റ്റേറ്റിലേക്കൊന്നും നമുക്ക് പോകേണ്ട. എന്തിനൊളിച്ചോടുന്നു. മോഹനൻ എം ജെ തുടരണം. അതി നിടയിൽ സംഭവിക്കുന്നതെല്ലാം ഞാൻ സഹിച്ചുകൊള്ളാം." "വിമലേ നീ ഞാൻ പറയുന്നതു കേൾക്കൂ നീ നിന്റെ വീട്ടിലേയ്ക്കു പോകണ്ട. നീ വീണ്ടും കരയാൻ വേണ്ടിയാണങ്ങോട്ടുപോകുന്നത്."

"ഇല്ല മോഹനാ ഇനി വിമല കരയുകയില്ല. കരയാൻ തോന്നുമ്പോൾ ഞാൻ നേരെ ബസ്സ് കയറി അങ്ങ് നഗരത്തിലേക്കു പോരും. എന്നോട് ക്ഷമിക്കൂ. കുറച്ചുകാലം മോഹനൻ വിമലയുടെ മോഹനനാവൂ."

എന്നിട്ട് അവളെന്റെ മുമ്പിൽ ഒരു തുളസിക്കതിരായി മാറുന്നു.

വിമലയുടെ തീരുമാനങ്ങളോട് അഹമ്മദ്കുട്ടിയും സുബൈദയും യോജിച്ചു. അവളുടെ മുഖം പ്രകാശിക്കുന്നതു ഞാൻ കണ്ടു. അഹമ്മദ്കു ട്ടിയും സുബൈദയും അഭിമാനത്തോടെ അവളെ നോക്കുകയായിരുന്നു.

സുബൈദയെ കെട്ടിപ്പിടിച്ച് ആശ്ലേഷിച്ചും അഹമ്മദ്കുട്ടിയുടെ കാല് തൊട്ടുവന്ദിച്ചും വിമല പോയി.

"മോഹനാ ജീവിതം അതിന്റെ വഴി സ്വയം സ്വീകരിക്കുന്നതു കാണുന്നുണ്ടോ?" അഹമ്മദ്കുട്ടി ചോദിച്ചു.

രണ്ടു ദിവസത്തിനകം ഞാൻ നഗരത്തിലേക്കു പോകണമെന്നായി അഹമ്മദ്കുട്ടി.

"ഒന്നുകൊണ്ടും പേടിക്കണ്ട ഞങ്ങളുണ്ടിവിടെ." സുബൈദ പറഞ്ഞു.

ഉച്ചയോടെ ഞാൻ വീട്ടിൽ ചെന്നു. അകത്തുനിന്ന് അമ്മ സംസാരിക്കുന്നുണ്ട്. ഞാൻ വന്നുവെന്നറിഞ്ഞതുകൊണ്ടാവാം അമ്മ പുറത്തിറങ്ങിയതേയില്ല. അച്ഛൻ വീട്ടിലുണ്ടായിരുന്നില്ല. വീട്ടിലുള്ള ആരും എന്നോട് മിണ്ടുന്നില്ല. ഞാൻ എന്റെ മുറിയിൽ കയറി വാതിലടച്ച് കിടന്നു. ഞാൻ ഉറങ്ങിപ്പോയി. സന്ധ്യക്ക് ഞാൻ പുറത്തിറങ്ങുമ്പോൾ അച്ഛൻ പൂജാമുറിയിലായിരുന്നു. അച്ഛൻ പൂജകഴിഞ്ഞ് പുറത്തുവരുന്നതുവരെ ഞാൻ കാത്തിരുന്നു. അതിനിടയിൽ ജയരാജൻ ധൃതിപ്പെട്ട് കയറിവന്നു. അവൻ എന്നെ കണ്ടതായി ഭാവിക്കാതെ നേരെ അകത്ത് അമ്മയുടെ അടുത്തേക്കാണ് പോയത്. പിന്നെ അകത്ത് ഉച്ചത്തിൽ സംസാരം നടക്കുന്നു. അമ്മ പൊട്ടിത്തെറിക്കുന്നു. ജയരാജൻ ആരെയൊക്കെയോ തെറി വിളിക്കുന്നു.

അച്ഛൻ പൂജാമുറിയിൽ നിന്നിറങ്ങി, എന്നെയൊന്നു നോക്കി കസാലയുമെടുത്ത് മുറ്റത്തെ ഇലഞ്ഞിമരച്ചുവട്ടിലേക്കു പോയി. എന്നെ അച്ഛൻ അങ്ങോട്ടു വിളിക്കുമെന്നു കരുതി. കുറെനേരംകൂടി അവിടെത്തന്നെ നിന്നു. സങ്കടം സഹിക്കാനാവാതെ ഞാൻ ഇറങ്ങി നടന്നു.

അന്നു രാത്രി കണ്ണൻമാസ്റ്ററും ജയരാജനും അഹമ്മദ്കുട്ടിയെ ഭീഷണിപ്പെടുത്തി. ജയരാജൻ എട്ട് ബാറ്ററിയിടുന്ന ടോർച്ച്ലൈറ്റ് ഉയർത്തിപ്പിടിച്ചുകൊണ്ട് അഹമ്മദ്കുട്ടിയെ മുഖത്തുനോക്കി ഭ്രാന്തനെന്നു വിളിച്ചു. കണ്ണൻമാസ്റ്റർ അഹമ്മദ്കുട്ടിയുടെ മുമ്പിൽ കാർക്കിച്ചുതുപ്പിക്കൊണ്ടുപറഞ്ഞു, "നിന്നെ ഈ നാട്ടിൽ താമസിപ്പിക്കുകയില്ല." അന്നേരം അഹമ്മദ്കുട്ടി പറഞ്ഞു, "കണ്ണൻമാസ്റ്ററേ ഞാൻ പള്ളിക്കണ്ടി ഇബ്രാഹിം ഹാജിയുടെ മകൻ ബർമ്മയിൽ വെച്ചു മരിച്ചുപോയ പോക്കർകുട്ടി ഹാജിയുടെ മകൻ മൊയ്തുഹാജിയുടെ മകൻ അഹമ്മദ്കുട്ടിയാണ്. ഇവരെല്ലാം കെട്ടുകെട്ടിയനിലയ്ക്ക് ഞാനും ഒരുനാൾ കെട്ടുകെട്ടേണ്ടവനാണല്ലോ. നമ്മളെല്ലാം ഓരോരോ ദിവസമായി കെട്ടുകെട്ടും. അതുവരെ ശാന്തരായി ജീവിക്കുക. നേരെ വീട്ടിൽ പോയി വല്ല ഭക്ഷണവും കഴിച്ച് ഉറങ്ങുക." എന്നിട്ട് അഹമ്മദ്കുട്ടി അട്ടഹസിച്ചു ചിരിച്ചു. ആ ചിരിയുടെ മുമ്പിൽ കണ്ണൻമാസ്റ്റർ പേടിച്ചുപോയി.

എന്റെ ബന്ധുക്കളും സ്നേഹിതന്മാരുമൊക്കെ അഹമ്മദ്കുട്ടിയെ

ആണ് കുറ്റപ്പെടുത്തിയത്. അഹമ്മദ്കുട്ടിക്ക് ഭ്രാന്താണെന്ന് ജയരാജൻ നാട്ടിലാകെ പറഞ്ഞു, "അവന് തെറ്റുപറ്റി, ഞാൻ ഭ്രാന്തൻമാരുടെ ഭ്രാന്ത നായ ദൈവമാണ്."

ജയരാജൻ എന്റെ അമ്മയുടെ തറവാടിന്റെ മാനംകാക്കാൻ ഇറങ്ങി പുറപ്പെടുന്നമട്ടായിരുന്നു. എന്നെയും വിമലയെയും ഈ നാട്ടിൽ ജീവി ക്കാൻ അനുവദിക്കുകയയില്ലെന്ന് അവൻ പ്രതിജ്ഞയെടുത്തു. അവൻ എന്റെ ബന്ധുക്കളുടെയെല്ലാം വീട്ടിൽ ചെന്ന് സന്ധ്യാവിളക്കിനും വിള ക്കുതറയ്ക്കും മുമ്പിൽവെച്ച് പ്രതിജ്ഞയെടുക്കുകയായിരുന്നു. ഇതെല്ലാം അറിയുമ്പോൾ അഹമ്മദ്കുട്ടി പറയും, "അഹമ്മദ്കുട്ടിയുടെ കൈയിൽ ജയരാജന്റെ രോഗത്തിനും മരുന്നുണ്ട്. പക്ഷേ അവൻ വരണ്ടേ?"

ബാർബർഷാപ്പിലും കടത്തിണ്ണകളിലും വായനശാലകളിലുമൊക്കെ ഞാനും വിമലയുമായിരുന്നു സംസാരവിഷയം. ഞങ്ങളുടെ വിവാഹ ത്തിന്റെ നാലാം ദിവസം രാത്രി വിമലയുടെ വീട്ടിൽ കല്ലേറുനടന്നു. അന്നു രാത്രിതന്നെ അഹമ്മദ്കുട്ടിയുടെ ഗേറ്റിൽ ആറേഴുപേർ ചേർന്ന് ഇടിച്ചു. ബസിനുകുടുങ്ങി ചത്ത ഒരു പട്ടിയെ രാത്രി എപ്പോഴോ അഹമ്മദ്കുട്ടി യുടെ വീടിന്റെ മുറ്റത്തേക്കു വലിച്ചെറിഞ്ഞു.

എല്ലാം ഒരാഴ്ചകൊണ്ട് കെട്ടടങ്ങി. ഒമ്പതാമത്തെ ദിവസം ഉച്ചതി രിഞ്ഞ് ഞാൻ നഗരത്തിലേക്ക് ബസ്സ് കയറി. വിമല ബസ്സ്റ്റോപ്പിൽ എന്നോട് ചേർന്നുനിൽക്കുന്നത് ഇടങ്കണ്ണാലെ നോക്കിക്കൊണ്ട് പല പരിചയക്കാരും കടന്നുപോയി. എന്റെ ബസ്സ് വന്നുനിന്നപ്പോൾ വിമലയുടെ മുഖമൊന്നു മങ്ങുന്നത് ഞാൻ കണ്ടു. പെട്ടെന്ന് ഒരു പുഞ്ചിരി മുഖത്തു വരുത്തി കണ്ണിലെ കൃഷ്ണമണികൾ കൊണ്ട് കൈവീശി അവളെന്നെ യാത്രയ ക്കി. ബസ്സ് ഓടിത്തുടങ്ങിയപ്പോഴും അവൾ അവിടെത്തന്നെ നിൽക്കുക യായിരുന്നു.

ദേവദാസ്, എനിക്കൊരു ദുഃഖമുണ്ട്. നീ എന്റെ സ്വപ്നത്തിലേക്ക് നിന്റെ മായാത്ത പുഞ്ചിരിയുമായി കൈയുംവീശി നടന്നുവരുമ്പോൾ ഇങ്ങ നെയൊരു ജീവിതം കെട്ടിപ്പടുക്കാൻ ഞാനും വിമലയും പെട്ടപാടു കളെക്കുറിച്ച് നിന്നോട് പറയാൻ കഴിയുന്നില്ലല്ലോ. അല്ലെങ്കിലെന്തിനു പറയുന്നു. നീ ഇതെല്ലാം മറ്റേ ലോകത്തിലിരുന്നു കാണുകയായിരു ന്നല്ലോ. എന്നാലും നമ്മുടെ കടൽത്തീരത്തെ പഞ്ചാരമണലിലിരുന്ന് ആ കഥയെല്ലാം നിന്നോട് പറയണമെന്നുണ്ട്. ഞാൻ നിന്നെക്കുറിച്ചാലോചി ച്ചുകൊണ്ടിങ്ങനെ ഇരിക്കുകയാണ്. വിമല ഓഫീസിൽ പോകാനുള്ള ബദ്ധപ്പാടിൽ അങ്ങോട്ടുമിങ്ങോട്ടും ഓടുന്നു. എന്റെ ഈ ഇരിപ്പ് അവളെ അസ്വസ്ഥയാക്കുന്നുണ്ട്. ഒന്നുരണ്ടുതവണ അവൾ ചോദിച്ചു, "എന്താ സുഖമില്ലേ?" കുളിച്ചു കടന്നുപോകുമ്പോൾ അവളെന്റെ ശരീരവും നെറ്റി ത്തടവുമൊക്കെ തൊട്ടുനോക്കുകയുണ്ടായി. പനിയോ മറ്റോ ഉണ്ടോ

എന്നാണ് വിമല തൊട്ടുനോക്കുന്നത്. പക്ഷേ അവൾക്ക് സംശയം തീരു
ന്നില്ല. സാരിയൊക്കെ ഉടുത്ത് ഇനി ചിണുങ്ങിക്കൊണ്ടൊരു വരവും ചില
വാചകങ്ങളുമൊക്കെയുണ്ട്. മക്കൾ നേരത്തേതന്നെ സ്കൂളിലേക്കു
പോയി. അവരെ ഒരുക്കിക്കഴിയുമ്പോഴേക്കും വിമലയങ്ങ് തളരും. ഒമ്പ
തുമണിയുടെ ബസിന് അവൾക്കും പോകണം.

പത്ത്

എല്ലാ ഞായറാഴ്ചയും അഹമ്മദ്കുട്ടിക്ക് കത്തെഴുതുന്നു. ഈ കത്തെഴുത്ത് എനിക്ക് ജീവിതം തന്നെയായിത്തീർന്നിരിക്കുന്നു. ഞായ റാഴ്ച രാവിലെ ഞാൻ ഇങ്ങനെ കത്തെഴുതാനിരിക്കുമ്പോൾ പണ്ടൊക്കെ വിമല ചിരിക്കാറുണ്ടായിരുന്നു. ജീവിക്കാൻ പ്രേരിപ്പിക്കുന്ന അജ്ഞാത മായ ഒരു വികാരത്തിന്റെ ഭാഗമാണ് ഈ കത്തെഴുത്തെന്ന് അറിഞ്ഞു കൂടാഞ്ഞിട്ടല്ല വിമല ചിരിച്ചത്. വർഷങ്ങൾക്ക് ഒന്നും മായ്ക്കാൻ കഴിയു ന്നില്ലല്ലോ എന്നോർത്തുകൊണ്ടുതന്നെയാണ് അന്ന് അവൾ ചിരിച്ചത്. ഇന്ന് ഞാൻ അഹമ്മദ്കുട്ടിക്ക് കത്തെഴുതുമ്പോൾ ഒരുതരം ഭക്തിയോ ടെയാണ് അവളെന്റെ അടുത്തുവന്നുനിൽക്കുക. അഹമ്മദ്കുട്ടിയും മുട ങ്ങാതെ ആഴ്ചതോറും കത്തെഴുതുന്നു. പക്ഷേ ഞങ്ങൾക്ക് പരസ്പരം അറിയിക്കാനുള്ള കാര്യങ്ങൾ ചുരുങ്ങിച്ചുരുങ്ങി വരികയാണ്.

അഹമ്മദ്കുട്ടിക്ക് ഇപ്പോൾ എല്ലാം ഒരു തമാശയായിത്തീർന്നിരിക്കു ന്നു. സ്വന്തം ജീവിതവും മറ്റുള്ളവരുടെ ജീവിതവും ഒരു വെറും തമാശ. ഇനി വെറും ചിരിയുടെ കാലമാണ്. ചിരിച്ചുചിരിച്ച് ജീവിതത്തിൽ നിന്നങ്ങ് മറഞ്ഞുപോവുകയല്ലാതെ മറ്റെന്തുചെയ്യാനാ എന്ന് അഹമ്മദ്കുട്ടി ഈയിടെ ഒരു കത്തിൽ എഴുതിയിരുന്നു.

അഹമ്മദ്കുട്ടിയെ കണ്ടിട്ട് ആറുമാസത്തിൽ കൂടുതലായി. രണ്ടോ മൂന്നോ മാസത്തിലൊരിക്കൽ കാണുന്നതാണ്. ഇത് വല്ലാതെയങ്ങ് നീണ്ടു പോയി. വിമല ചോദിക്കാൻ തുടങ്ങിയിരുന്നു. എന്താ ഡോക്ടറെ കാണാ ത്ത്. ഞാൻ അങ്ങോട്ട് ചെല്ലണമെന്ന വാശിയിലായിരിക്കും. മൂന്നുമാസം കഴിഞ്ഞിട്ടും അഹമ്മദ്കുട്ടി ഇങ്ങ് പോരുന്നതാണ്. വന്നാൽ സുബൈ ദയും കുട്ടികളും മാത്രമേ വീട്ടിലുള്ളൂ എന്ന വിചാരമേ ഉണ്ടാവില്ല. നാല ഞ്ചുദിവസം മദ്യത്തിൽ മുങ്ങി പഴയ കഥയും പറഞ്ഞങ്ങ് ഇരുന്നുകളയും.

അഹമ്മദ്കുട്ടിക്ക് പ്രായമായിത്തുടങ്ങി. ബി പിയും ഡയബറ്റിസുമൊക്കെ കൂടുതൽ തളർത്തിക്കൊണ്ടിരിക്കുന്നു. ഒന്നും വകവയ്ക്കാതെയാണ് പോക്ക്. പണ്ടുള്ളതൊന്നും നിയന്ത്രിച്ചില്ല. ഉപദേശരൂപത്തിൽ വല്ലതും പറഞ്ഞാൽ അഹമ്മദ്കുട്ടി പൊട്ടിച്ചിരിക്കും. ഒരിക്കൽ പറഞ്ഞു,"മോഹനാ ഇനി ഞാനും സുനിലും തമ്മിലായിക്കൊള്ളാം. അവനേതായാലും എന്നെ ഉപദേശിക്കുകയില്ലല്ലോ."

സുനിൽമോനും അഹമ്മദ്കുട്ടിയും വലിയ അടുപ്പത്തിലായിക്കഴി ഞ്ഞു. ഇപ്പോൾ അവനും അഹമ്മദ്കുട്ടിക്ക് കത്തയച്ചുതുടങ്ങിയിരിക്കു ന്നു. മകന്റെ കത്തിന്റെ ഒരു മൂലയിലാണ് വിമല അഹമ്മദ്കുട്ടിക്കും സുബൈദയ്ക്കും അന്വേഷണം പറയുന്നത്. സുനിൽ അഹമ്മദ്കുട്ടിയെ ആത്മാർഥ സ്നേഹിതനാക്കി മാറ്റിയിരിക്കുകയാണ്. അവന്റെ വലിയ വായകൊണ്ടുള്ള തുറന്ന സംസാരം അഹമ്മദ്കുട്ടിയെ ആനന്ദിപ്പിക്കുന്നു. സുനിലിന് ഡോക്ടറങ്കിളിനെപ്പോലെ വലുതാകണം. അവൻ വലിയൊ രാളാകുമെന്ന് അഹമ്മദ്കുട്ടി എന്നോടും വിമലയോടും പറയാറുണ്ട്. ഒരി ക്കൽ വിമലയുടെ മുമ്പിൽവച്ചുതന്നെ ഒരു തമാശ പറഞ്ഞു,"നിങ്ങളുടെ ആദ്യരാത്രിയിൽ ഞാൻ ഉറങ്ങാൻ കിടക്കുമ്പോൾ ദൈവത്തോട് പ്രാർഥി ച്ചിരുന്നു, ഇങ്ങനെയൊരു മകനെ കൊടുക്കേണമേയെന്ന്." വിമല ചിരി ഉള്ളിലൊതുക്കി പൊടുന്നനെ അകത്തേക്കുവലിഞ്ഞു. അവൾ അക ത്തേക്കുപോയത് തനിച്ച് ചിരിക്കാനായിരിക്കും. ആ രാത്രിയെക്കു റിച്ചോർക്കാനായിരിക്കും.

വിമലയും തളർന്നുകഴിഞ്ഞു. അവളും പിന്നിട്ടു നാൽപ്പതാം പിറ നാൾ. ചിലനേരം വിമലയെ കാണുമ്പോൾ പാവം തോന്നും. ഈയിടെ യായി ഓഫീസിൽ നിന്നെത്തിയാൽ ഉടനെ ഒരു അരമണിക്കൂർ കിടപ്പു ണ്ട്. മൂന്നു മക്കളും നാലുവശത്തും ചെന്നുനിന്ന് നുള്ളിയും ഇക്കിളിപ്പെ ടുത്തിയും ശല്യപ്പെടുത്തിയും എഴുന്നേൽപ്പിക്കുമ്പോൾ ഞാനും അവ രുടെ കൂട്ടത്തിൽകൂടും. എന്താ വിമലേ വൈകുന്നേരം ഇങ്ങനെയൊരു കിടപ്പ് എന്നൊക്കെ ഗൗരവത്തിലങ്ങ് ചോദിച്ചെന്നും വരും. വിമലയുടെ ഒരു പൊട്ടിത്തെറിയും തലവെട്ടിച്ചുള്ള നടത്തവുമൊക്കെ കാണാനാണ് ഞാൻ ഈ കുസൃതി കാണിക്കുന്നത്. അന്നേരം മുടിയൊന്നഴിച്ചിട്ടും വാരി ക്കെട്ടിയും ഒരു ആളിക്കത്തലുണ്ട് വിമലയ്ക്ക്. ജ്യോതിമോനോ മീന മോൾക്കോ ഒരടി കൊടുത്തെന്നും വരും. അമ്മയുടെ അടിക്ക് തീരെ വേദന യില്ലെന്നാണ് മക്കളുടെ പരാതി. ഞാൻ ഉള്ളാലെ ചിരിക്കും. പിന്നെ ഒരു അരമണിക്കൂർ നേരത്തേക്ക് മിണ്ടുകയില്ല. അതുകഴിഞ്ഞ് വിമല ലോഹ്യം കൂടാനൊരു വരവുണ്ട്. അപ്പോൾ വിമല പണ്ടത്തെ വിമലയാകും. നാൽപ്പതു വയസും തലയിലെ നരച്ചുവരുന്ന മുടിയിഴകളെയുമൊക്കെ അങ്ങ് മറന്നുപോകും. മക്കൾ കാണാതെ എന്റെ മടിയിൽ കയറി ഇരിക്കും. കാതിലെന്നോട് ഒരു പരമരഹസ്യം പറയും. പിന്നെ സമയം നീങ്ങുന്നത് കുഴഞ്ഞുകുഴഞ്ഞൊരു കള്ളച്ചിരിയോടെയായിരിക്കും. അങ്ങനെയുള്ള രാത്രികളിൽ മക്കളുറങ്ങിയാൽ മരിക്കാത്ത ആശ

കളുമായി ഞങ്ങൾ രണ്ടുപേരും പാതിര കഴിയുന്നതുവരെ ടെറസിൽ ചെന്ന് ഇരിക്കുന്നു. ഞങ്ങളുടെ പ്രായം നഗരത്തിന്റെ ആകാശത്തിലേക്ക് പറന്നുപോകുന്നു.

കഴിഞ്ഞ ഞായറാഴ്ച ഞങ്ങൾ ഉറങ്ങാൻകിടന്നനേരം തുറന്നിട്ട ജാല കത്തിലൂടെ കടന്നുവന്ന നിലാവലകളിൽ മനസ്സ് വാരിയെറിഞ്ഞ് എന്റെ കൈക്കുള്ളിൽ ഒതുങ്ങിക്കിടക്കുന്നു വിമല. അവളുടെ ആ നിമിഷങ്ങളിലെ മധുരമായ അസ്വാസ്ഥ്യം ഞാൻ അറിയുന്നുണ്ടായിരുന്നു. ഇന്ന് പൗർണ മിരാവാണോ എന്ന് അവളെന്നോട് ചോദിച്ചു. ഉറക്കം വരുന്നില്ലെന്നു പറഞ്ഞ് അവളെ എന്നോട് ഒട്ടിച്ചുചേർത്തു. എന്നിട്ട് ചോദിച്ചു "എനിക്ക് വയസായിപ്പോയോ?" ആ ചോദ്യത്തിന് ഞാനവൾക്ക് പരമ രഹസ്യമായ ഒരു ശിക്ഷനൽകി.

വിമല എഴുന്നേറ്റ് പുല്ലുപായ തപ്പിയെടുത്ത് എന്നെ ടെറസിലേക്കു വിളിച്ചു. ഞങ്ങളുടെ ടെറസിൽനിന്ന് ഉറങ്ങുന്ന നഗരത്തെ വർഷങ്ങളായി ഞങ്ങളിങ്ങനെ കാണാറുണ്ട്. ഞങ്ങളെ ഞങ്ങൾ കാണുന്നതും ഇങ്ങ നെയുള്ള ചില രാവുകളിലാണ്. നിലാവിന് ജീവൻവയ്ക്കുന്ന സമയം. ടെറസിൽ വീഴുന്ന നിലാവും അർദ്ധരാത്രിയും ഞങ്ങളുടെ സ്വകാര്യസുഖ ങ്ങളിലൊന്നാണ്. അന്നത്തെ രാവും നിലാവും വിമലയുടെ സ്വപ്നത്തിന്റെ വാതിൽ തുറന്നിടുന്നതുപോലെ എനിക്കുതോന്നി. ഏതോ നാടൻപാട്ടിന്റെ കുളിരണിഞ്ഞ വരികൾ അവളെന്റെ കാതിലും കവിളത്തും പാടി.

എന്തുകൊണ്ടാണെന്നറിഞ്ഞുകൂടാ എന്റെ നെറ്റിയിൽ മുഖം ചേർത്തു വച്ചിട്ട് അന്നു വിമല പറഞ്ഞു, "അഞ്ചാറുകൊല്ലംകൂടി കഴിഞ്ഞാൽ നമുക്ക് വയസായിപ്പോകും."

"വയസായിപ്പോകുന്നതിൽ നിനക്ക് പേടിയുണ്ടോ?"

"പേടിയൊന്നുമില്ല. എത്ര വയസായാലും മനസിൽ ഞാൻ വയസ ത്തിയാവില്ല."

"പക്ഷേ എനിക്ക് വയസനും മുത്തച്ചനുമൊക്കെയാവണം."

"ഞാൻ സമ്മതിക്കുകയില്ല" എന്നാവർത്തിച്ചുപറഞ്ഞുകൊണ്ട് വിമല എന്നെ അവളോടണച്ചുപിടിച്ചു. എന്നിട്ട് പതുക്കെ എന്റെ കാതിലൊരു കാര്യം പറഞ്ഞു. ആയുർവേദവും അലോപ്പതിയും പഠിച്ച ഒരു ഡോക്ട റുണ്ട് ഇലഞ്ഞിമുക്കിൽ. ഡോക്ടർ ബാലസുന്ദരം. സത്യഭാമയുടെ ഭർ ത്താവ് ബാലസുന്ദരത്തിന്റെ മരുന്നു കുടിക്കുകയാണ്. അയാളുടെ മരുന്നു കുടിച്ചാൽ ആണുങ്ങൾക്ക് വയസാവുകയില്ല. മുടി നരയ്ക്കുകയില്ല. ഞര മ്പുകളുടെ ശക്തി കുറയുകയില്ല. സത്യഭാമയുടെ ഭർത്താവ് കഴിച്ചുകൊ ണ്ടിരിക്കുന്ന ലേഹ്യത്തിന്റെ പേർ പഞ്ചാരഗുളമെന്നാണ്. ആ ലേഹ്യം സത്യഭാമയും കഴിക്കുന്നുണ്ട്. ആഴ്ചയിൽ മൂന്നുദിവസം അവർ രണ്ടു പേരും പിണ്ഡതൈലം കുഴമ്പു പുരട്ടി കുളിക്കുന്നു. ആ ലേഹ്യവും പിണ്ഡതൈലവും മേനോനെയും സത്യഭാമയെയും ചെറുപ്പക്കാരാക്കി മാറ്റിയിരിക്കുന്നു.

ആദ്യം വിമലയെ കളിയാക്കി ചിരിച്ചെങ്കിലും അടുത്ത മാസം ശമ്പളം

കിട്ടിയ ഉടനെ ഡോക്ടർ ബാലസുന്ദരത്തെ ചെന്നു കാണാമെന്നു ഞാൻ സമ്മതിച്ചു. വിമലയ്ക്ക് സന്തോഷവുമായി. ആ സന്തോഷം കൊണ്ടാ വണം ടെറസിലെ നിലാവിൽനിന്ന് അവൾ എന്നെ നിർബന്ധിച്ച് ഉറങ്ങാൻ കൂട്ടിക്കൊണ്ടുപോയത്. എനിക്ക് ആ നിലാവിലങ്ങനെ മാനം നോക്കി ക്കിടക്കാൻ തന്നെയായിരുന്നു ആഗ്രഹം. വിമലയ്ക്ക് ഉറക്കം വരുന്നു ണ്ടാവാം.

തുറന്നിട്ട ജാലകത്തിലൂടെ നിലാവ് ഞങ്ങളുടെ കിടക്കയിൽ വീഴു ന്നുണ്ടായിരുന്നു. പെരുമ്പാമ്പുകളെപ്പോലെ കിടക്കയിൽ വീണുകിടക്കുന്ന നിലാവിനെ അവൾ ജനവാതിൽ പതുക്കെ അടച്ചു മായ്ച്ചുകളഞ്ഞു. എന്നിട്ട് ഇരുട്ടത്ത് ഒരേ നിൽപ്പും ചിരിയും.

അന്ന് ഞങ്ങൾ ഉറങ്ങിയത് നേരം വെളുക്കാൻ നേരത്താണ്. ഓർമ കളുടെ ഞരമ്പുകൾ സ്വപ്നത്തിൽ മുങ്ങിയ ഒരു രാത്രി.

അനുരാഗത്തിന്റെ മറ്റൊരു മുഖവുമായി അവളെന്റെ മുമ്പിൽ നിൽക്കുന്നു. ഉഷസ്സിന്റെ മകളായും എനിക്കൊരു സ്നേഹത്തിന്റെ ദേവ തയായുമൊക്കെ അവളെന്നിലേക്കു വീണ്ടും കടന്നുവരികയാണ്. സ്വപ്ന ത്തിൽ ദേവദാസും കടന്നുവരുന്നു. ദേവദാസ് എന്റെ സ്വപ്നത്തിലൂടെ നടന്നുനീങ്ങുന്ന കാര്യം ഞാൻ വിമലയോട് ഇതുവരെയും പറഞ്ഞിട്ടില്ല. പറയുകയുമില്ല. അവളുടെ മനസിൽനിന്നും ദേവദാസ് എന്നോ പറന്നു പോയതാണ്.

ശാന്തമ്മയെക്കുറിച്ചും വിമലയോടൊന്നും പറഞ്ഞിട്ടില്ല. എന്റെ ജീവി തത്തിലൂടെ ഇങ്ങനെയൊരു സ്ത്രീ കടന്നുപോയിരുന്നുവെന്ന് വിമല അറിയേണ്ട. എന്റെ ഭാര്യയായും കുഞ്ഞുങ്ങളുടെ അമ്മയായും അമ്മൂ മ്മയായും അവൾ കടന്നുപോകട്ടെ. ശാന്തമ്മ അതിനൊന്നും വേണ്ടി ജനി ച്ചവളല്ല. അവൾ ഇരപത്താറാം മൈലിലെ ചന്ദനമരമായിത്തന്നെ അവ സാനിക്കാനുള്ളവളാണ്. ആ ചന്ദനമരവും ഉണങ്ങിത്തുടങ്ങി.

ദേവദാസ് നിനക്കുമാത്രം ഒരു മാറ്റവുമില്ല. എന്നെയും വിമലയെയു മൊക്കെ നീ കാണുന്നുണ്ടല്ലോ. ഞങ്ങളുടെ വാർദ്ധക്യം വളരെയൊന്നും അകലെയല്ല. അതിവേഗം അത് കടന്നുവരുന്നു. വാർദ്ധക്യത്തിന്റെ വരവ് എങ്ങനെയെല്ലാമോ വിമലയ്ക്ക് അനുഭവപ്പെട്ടുതുടങ്ങിയിരിക്കുന്നു. ആ അവസ്ഥയോട് മനസുകൊണ്ടു പൊരുതാനുള്ള തയാറെടുപ്പിലാണ് വിമല.

9 789383 432103